രണ്ടു കൈ
രണ്ടു വ്യവസ്ഥ

randu kai randu vyavastha

•

anilkumar a v

•

first edition
september 2014

•

typesetting & published
chintha publishers, thiruvananthapuram

•

•

cover
vineesh peralassery

•

വിതരണം

ദേശാഭിമാനി ബുക്ക് ഹൗസ്

H O തിരുവനന്തപുരം–695 035
phone: 0471-2303026, 6063026
www.chinthapublishers.com
chinthapublishers@gmail.com

ബ്രാഞ്ചുകൾ

ഹെഡ്ഡാഫീസ് ബ്രാഞ്ച് കുന്നുകുഴി • സ്റ്റാച്യു തിരുവനന്തപുരം • കെ എസ് ആർ ടി സി ബസ് സ്റ്റേഷൻ ആലപ്പുഴ • കെ എസ് ആർ ടി സി ബസ് സ്റ്റേഷൻ എറണാകുളം • ചിറ്റൂർ റോഡ് എറണാകുളം • മച്ചിങ്ങൽ ലെയ്ൻ തൃശൂർ • ഐ ജി റോഡ് കോഴിക്കോട് • മാവൂർ റോഡ് കോഴിക്കോട് • എൻ ജി ഒ യൂണിയൻ ബിൽഡിങ് കണ്ണൂർ • സെൻട്രൽ ബസ് ടെർമിനൽ കോംപ്ലക്സ് താവക്കര കണ്ണൂർ

CO - 2104 / 3526

രണ്ടു കൈ
രണ്ടു വ്യവസ്ഥ

അനിൽകുമാർ എ വി

ചിന്ത പബ്ലിഷേഴ്സ്
തിരുവനന്തപുരം-695 035
വില : ₹ 125

അനിൽകുമാർ എ വി

കാസർകോട് ജില്ലയിലെ പിലിക്കോട്ട് ജനിച്ചു. അച്ഛൻ: ടി ശിവശങ്കരൻ, അമ്മ: എ വി ലക്ഷ്മി. കോഴിക്കോട് സർവ്വകലാശാലാ ചരിത്രവിഭാഗത്തിൽനിന്ന് രണ്ടാം റാങ്കോടെ എം എ പാസായി. അവിടെ എംഫിൽ വിദ്യാർത്ഥിയായിരിക്കെ *ദേശാഭിമാനി*യിൽ ചേർന്നു. കുറച്ചുകാലം *ചിന്ത* വാരികയുടെ പത്രാധിപസമിതിയിലും പ്രവർത്തിച്ചു. ഇപ്പോൾ *ദേശാഭിമാനി* അസിസ്റ്റന്റ് എഡിറ്റർ.

ചരിത്രത്തിനൊപ്പം നടന്ന ഒരാൾ, ഇടവേളകളില്ലാത്ത ചരിത്രം, തിരസ്കൃത ചരിത്രത്തിന് ഒരു ആമുഖം, കാവിനിറമുള്ള പ്ലേഗ്, ചിഹ്നങ്ങളുടെ രാഷ്ട്രീയം, ആഗോളവല്ക്കരണത്തിന്റെ അഭിരുചിനിർമ്മാണം, ഒറ്റുകാരുടെ ചിരി, ബുദ്ധിജീവികളുടെ പ്രതിസന്ധി, പ്രതിബിംബക്കെണിയും മൂലധന രാഷ്ട്രീയവും, നാലാംലോകവാദവും സാമ്രാജ്യത്വ രാഷ്ട്രീയവും, സി, യിരമ്യാവ്: അടിമയുടെ ജീവിതം, കെ പി ആർ, ജീവിതത്തിൽ ഒരിക്കൽമാത്രം സംഭവിക്കുന്നവ, പ്രവാസികൾ: ഭാഷയിലും ജീവിതത്തിലും, മുറിവേറ്റ ആഹ്ലാദങ്ങൾ – ചരിത്രവും ജീവചരിത്രവും, ഇന്ദുലേഖയുടെ അനുജത്തിമാർ, സ്വാതന്ത്ര്യത്തിന്റെ പെണ്ണകങ്ങൾ, ജർമ്മൻ സ്കെച്ചുകൾ, പലപേരിൽ ഒരു നഗരം (ട്രിച്ചി കുറിപ്പുകൾ), ഒരിക്കലും പൂട്ടാത്ത മുറി, ആൾദൈവങ്ങൾ അഥവാ അസംബന്ധ മനുഷ്യർ, എഴുത്തുമുറി, സത്യംപറയുന്ന പെരുംനുണയന്മാർ, ജീവിതം നയിക്കാൻ വിധിക്കപ്പെട്ട നുണകൾ, ലങ്കൻ കാഴ്ചകൾ, ഇന്തോനേഷ്യൻ ഡയറി, ഹിറ്റ്ലർ എന്ന ഫുട്ബോൾ കോച്ച്, അനുഭൂതികളിലെ വർഗ്ഗസമരം, മാധ്യമ മഹാസഖ്യം, സിനിമയുടെ ആത്മഗതം, ചരിത്രം ഒരു സമരായുധം, വന്മതിൽ മുതൽ ബീഗ്ബെൻവരെ, ഹോങ്കോങ് – ചൈനാ വിശേഷങ്ങൾ തുടങ്ങിയവ പ്രധാന കൃതികൾ. *സദ്ദാം: നൂറ്റാണ്ടിന്റെ ബലി, കാസ്ട്രോ – ക്യൂബ: വിപ്ലവത്തിന്റെ യൗവനങ്ങൾ, മുല്ലപ്പെരിയാർ* എന്നീ പുസ്തകങ്ങൾ എഡിറ്റു ചെയ്തു.

മികച്ച ജീവചരിത്ര ഗ്രന്ഥത്തിനുള്ള 1997 ലെ സാഹിത്യ അക്കാദമി അവാർഡ്, മികച്ച വൈജ്ഞാനിക കൃതിക്കുള്ള 1997 ലെ അബുദാബി ശക്തി പുരസ്കാരം, സാഹിത്യ സംബന്ധിയായ ടെലിവിഷൻ പരിപാടിക്കുള്ള 2005 ലെ വിഷൽ എന്റർടൈൻമെന്റ് അവാർഡ് എന്നിവ നേടി, *ചരിത്രത്തിനൊപ്പം നടന്ന ഒരാൾ* 'വരലാത്രുടൻ പയനിത്ത മാമനിതർ' എന്ന പേരിൽ തമിഴിലും ഇറങ്ങിയിട്ടുണ്ട്. 2006 ഒക്ടോബറിൽ ജർമ്മൻ നഗരമായ ഫ്രാങ്ക്ഫർട്ടിൽ നടന്ന അന്താരാഷ്ട്ര പുസ്തകോത്സവത്തിൽ പങ്കെടുത്തിരുന്നു. പ്രഭാകരന്റെ അന്ത്യത്തിനുശേഷം ശ്രീലങ്കയിലും യാത്ര ചെയ്തിട്ടുണ്ട്. 2010 മാർച്ചിൽ ജക്കാർത്തയിൽ നടന്ന ഈസ്റ്റ് ഏഷ്യാ മീഡിയാ പ്രോഗ്രാമിൽ ഇന്ത്യൻ സംഘാംഗമായിരുന്നു. ചൈന, ഹോങ്കോങ്, യു എ ഇ, മലേഷ്യ, തായ്‌ലൻഡ് എന്നീ രാജ്യങ്ങളും സന്ദർശിച്ചു.

ഡോ. ലേഖയാണ് ഭാര്യ. അനുലക്ഷ്മിയും അഖിൽശിവനും മക്കൾ.

ഉള്ളടക്കം

പ്രസാധകക്കുറിപ്പ്

നിശ്ചലമാക്കപ്പെട്ട ചരിത്രനിമിഷമാണ് ഫോട്ടോ ചിത്രങ്ങൾ. ക്യാമറ ഒരു കലാപകാരിയുടെ കൈയിൽ വിപ്ലവോപകരണമായി മാറും. ഫോട്ടോഗ്രാഫി എന്ന കല ചരിത്രത്തിൽ നടത്തിയിട്ടുള്ള ഇടപെടലുകൾ കാലത്തിന്റെ അടയാളങ്ങളായി നിലകൊള്ളുന്നു. മനുഷ്യമനസ്സുകളിൽ ചിരപ്രതിഷ്ഠനേടിയ നിശ്ചലചിത്രങ്ങളുണ്ട്. ഇത്തരം ചിത്രങ്ങളിലേക്കും അതിന്റെ ചരിത്രപശ്ചാത്തലത്തിലേക്കും നമ്മെ കൊണ്ടുപോകുകയാണ് പ്രശസ്ത പത്രപ്രവർത്തകനും എഴുത്തുകാരനുമായ എ വി അനിൽകുമാർ ഈ കൃതിയിൽ ചെയ്യുന്നത്. സുഡാനിലെ ക്ഷാമകാലത്ത് മൃതപ്രായനായ കുഞ്ഞിനെയും നോക്കിയിരിക്കുന്ന കഴുകന്റെ ചിത്രം. യെവ്ജെനി ഖൽദേയിയെന്ന ഫോട്ടോഗ്രാഫർ ഒപ്പിയെടുത്ത റീഷ്താഗിലേക്കു കയറി സോവിയറ്റ് ചെമ്പട ചെങ്കൊടി ഉയർത്തുന്ന ചിത്രം. വിയത്നാമിൽ നാപാം ബോംബാക്രമണത്തെ തുടർന്ന് ഭയചകിതയായി ഓടുന്ന ബാലികയുടെ ചിത്രം. ബംഗാൾ ക്ഷാമത്തിന്റെ പ്രതീകമായി ഉയർന്നുവന്ന അസ്ഥികൂടത്തിന്റെ ചിത്രം, ചിക്കാഗോ തെരുവിലെ യാചകൻ, പുകവലിക്കുന്ന നെഹ്റു, ഫോട്ടോഗ്രാഫറായ ചെ, വൃദ്ധയെ ചുമലിലേന്തി നടന്നു നീങ്ങുന്നവരുടെ വിഭജനകാല ചിത്രം, പട്ടിണി എല്ലിൻതോലുമാക്കിയ കുട്ടികളുടെയും വെളുത്തു കൊഴുത്ത മിഷനറിയുടെയും കൈകൾ ഒന്നിച്ചുവച്ച ചിത്രം, ബാഗ്ദാദ് അധിനിവേശകാലത്ത് ഇരുകൈകളും കാലുകളും നഷ്ടപ്പെട്ട ബാലന്റെ ചിത്രം. ഗുജറാത്ത് കലാപകാലത്ത് ഉയർന്നുവന്ന കുത്തുബ്ദീൻ അൻസാരിയുടെ ചിത്രം. ഭോപാൽ ദുരന്തത്തെ ഓർമ്മപ്പെടുത്തുന്ന കൊച്ചുകണ്ണുകൾ... ഇങ്ങനെ നിരവധി ചരിത്രസന്ദർഭങ്ങളുടെ ഓർമ്മപ്പെടുത്തലുകൾ അടങ്ങിയ അത്യപൂർവ്വ പുസ്തകം.

ചിന്ത പബ്ലിഷേഴ്സ്

അമ്മമാരുടെ കുടിയേറ്റം

അനുകമ്പ ചാലിച്ച തുടർച്ചയായ നോട്ടങ്ങൾക്കൊടുവിൽ ക്ലിക്ക് ചെയ്ത ക്യാമറ പകർത്തിയ ദൃശ്യങ്ങൾ ചരിത്രത്തെ പിടിച്ചുലയ്ക്കുകയായിരുന്നു. ദാരിദ്ര്യവും പട്ടിണിയും ദൈന്യതയും കുഴിച്ചെടുത്ത ആ അമ്മയുടെയും മക്കളുടെയും കണ്ണുകളിലേക്ക് ഇമചിമ്മാതെയെന്നവണ്ണമാണ് ഫ്ളാഷുകൾ മിന്നിയത്. 1930 കളുടെ വൻ സാമ്പത്തികത്തകർച്ച അടിതെറ്റിച്ച സാധാരണ മനുഷ്യരുടെ ആത്മകഥയെഴുതുകയായിരുന്നു ഡൊറോത്തിയോ ലാംഗ്. നരകം ഭൂമിയിലേക്കിറങ്ങി വന്ന അക്കാലത്തെ കൊടുംയാതനകൾ അമേരിക്കൻ തെരുവുകളെ വീണ്ടും മുറിവേല്പിക്കുകയാണ്. വാഷിങ്ടണിലും കാലിഫോർണിയയിലും ന്യൂയോർക്കിലും മറ്റും തൊഴിൽ നഷ്ടപ്പെട്ടവർ യാചകരുടെ വേഷമിടുന്നു. സാമൂഹ്യ സുരക്ഷാ പദ്ധതികൾ മെലിഞ്ഞു മെലിഞ്ഞു തീരാറാകുന്നതിനാൽ ഭയമനഃശാസ്ത്രത്തിന്റെ പിടിയിലാണ് മദ്ധ്യവർഗ്ഗ ജീവനക്കാർ. അപ്പാർട്മെന്റുകളുടെ സ്വർണ്ണ വിലകൾ പേടിച്ച് പലരും കൊച്ചു വാസസ്ഥലങ്ങളിൽ ഞെരുങ്ങുന്നു. കുറേയാളുകൾക്ക് സ്ഥിരം ദാരിദ്ര്യവും എല്ലാവർക്കും ഇടവിട്ട പ്രതിസന്ധിയുമെന്ന മുപ്പതുകളുടെ രോഗാവസ്ഥ ഇപ്പോൾ ലക്ഷണങ്ങൾ കാണിച്ചു തുടങ്ങിയിട്ടുണ്ട്.

കൂട്ടപ്പിരിച്ചയക്കലുകളും വാടകയിടങ്ങളിൽനിന്നുള്ള ചവിട്ടിപ്പുറത്താക്കലുകളും ചവറുകൂനകളിലെ പഴങ്കുടിലുകളും പണയ സാധനങ്ങളുടെ വില്പനയും പെൻഷൻ നിർത്തലാക്കലും മുപ്പതുകളുടെ കനത്തിലല്ലെങ്കിലും അമേരിക്കയിൽ അരക്ഷിതാവസ്ഥയുണ്ടാക്കുന്നു. ഭക്ഷണം നല്കാൻ പ്രാപ്തിയുള്ള ഭൂമി, ലാഭം ചുരത്താത്തതിനാൽ തരിശായി കിടക്കുകയായിരുന്നു മുപ്പതുകളിൽ. പല നഗരങ്ങളിലേക്കും ഉറുമ്പിൻ കൂട്ടങ്ങളെപ്പോലെ നീളമുള്ള അഭയാർത്ഥി പ്രവാഹം. മൈഗ്രന്റ് മദർ എന്ന് ശീർഷകമിട്ട ഡൊറോത്തിയോ ലാംഗിന്റെ ഫോട്ടോ വീണ്ടുമൊരു ഓർമ്മപ്പെടുത്തലാ

മൈഗ്രന്റ് മദർ

വുകയാണ്.

ലോകത്തെ ഏറ്റവും വലിയ ഫോട്ടോ ഗ്യാലറിയായ സാൻഫ്രാൻസിസ്കോ ന്യൂപിയെർ 24 ൽ അതിപ്പോൾ പ്രദർശനത്തിലുണ്ട്. ഒരു മാസത്തെ പര്യടനത്തിനിടെയാണ് ഡൊറോത്തിയോ കാലിഫോർണിയയിലെ കുടിയേറ്റക്കാരായ തോട്ടംതൊഴിലാളികളെ പിന്തുടരുന്നത്. അതിലെ ഏറ്റവും ശോകമൂകമായ കാഴ്ചയായ മുപ്പത്തിരണ്ടുകാരി അമ്മ. നിരാലംബയും വിശപ്പിന്റെ ചതുപ്പിൽ ഒറ്റപ്പെടുകയും ചെയ്തവൾ. സമീപത്തെ വയലുകളിൽ അഴുകിവീണ പച്ചക്കറികളും കുട്ടികൾ കവണ എയ്ത് കൊന്ന പക്ഷികളുടെ ഇറച്ചിയുമായിരുന്നു കുടുംബത്തിന്റെ ഭക്ഷണം. അവ കുറഞ്ഞുവന്നപ്പോൾ അടുത്തുകണ്ട കാറിന്റെ ടയറുകൾ വിറ്റ് പണം സ്വരൂപിച്ചു.

തുടച്ചുകളയാനാകാത്തവിധം ഒട്ടിപ്പിടിച്ച ആ അമ്മയുടെ മുഖത്തെ വിഷാദത്തിലേക്ക് ആകർഷിക്കപ്പെട്ട ഡൊറോത്തിയോ ക്യാമറയെടുത്ത് അടുത്തെത്തി; ഒരു വാക്കുപോലും ഉരിയാടാതെ. പേരോ ചുറ്റുപാടോ ഒന്നും തിരക്കിയില്ല. മരുഭൂമിയിലെ തെളിനീർപോലെ തോന്നിച്ച ക്യാമറക്കാരിയിൽനിന്ന് അവൾ സഹായം പ്രതീക്ഷിച്ചു. നിശ്ശബ്ദതയുടെ നേർരേഖയിൽ ഇരുവരും എന്തൊക്കെയോ സംസാരിച്ചിരിക്കണം.

വിരലിലെണ്ണാവുന്ന വർഷങ്ങളിലൂടെ ഇല്ലായ്മകളുടെ നൂറ്റാണ്ട് തിന്ന ആ അമ്മ ഫ്ളോറൻസ് ഓവെൻസ് തോംസൺ ആയിരുന്നുവെന്ന് പിന്നീടാണ് ഉറപ്പിച്ചത്. തികഞ്ഞ ദാരിദ്ര്യത്തിൽ മുങ്ങിത്താണിട്ടും അവൾ തന്നെ കാന്തസമാനമായാണ് പിടിച്ചുവലിച്ചതെന്നാണ് ഡൊറോത്തിയോ പിന്നീട് ഓർത്തെടുത്തത്. കാലിഫോർണിയയിലെ നിപോമോ കടലത്തോട്ടത്തിൽ മണ്ണുപറ്റി പണിയെടുക്കുകയായിരുന്നു ഏഴു കുട്ടികളുടെ അമ്മയായ ഫ്ളോറൻസ്. ഓർമ്മകൾ പിച്ചവയ്ക്കുംമുമ്പ് അച്ഛൻ അമ്മയെ ഉപേക്ഷിച്ചുപോയി. 1921 ൽ പതിനേഴാം വയസ്സിൽ വിവാഹം. ഭർത്താവ് ക്ലിയോയും അവളും മരമില്ലിൽ ഈർച്ചപ്പൊടിപോലെ ഇല്ലാതാവുകയായിരുന്നു. അയാൾക്ക് ക്ഷയരോഗം പിടിപെട്ടു. അവസാനത്തെ കുഞ്ഞിനെ ഗർഭത്തിൽ ശേഷിപ്പിച്ചായിരുന്നു വിയോഗം. ഇതോടെ തുഴ വഴുതിപ്പോയ തോണിപോലെ അവൾ ആടിയുലഞ്ഞു. റസ്റ്റോറന്റുകളിലും വയലേലകളിലും ബാറുകളിലും ചെളിയും പൊടിയും കുഴഞ്ഞ് വീർപ്പുമുട്ടി. ഡൊറോത്തിയോയുടെ ഫോട്ടോ ചരിത്രത്തിലെ ഒരു മുറിവിനെ ചുവപ്പിച്ചുവെങ്കിലും ഫ്ളോറൻസിന്റെ പിൻതലമുറകൾക്ക് അവരുടെ അവസ്ഥ കൊണ്ടുനടക്കാൻ പറ്റാത്ത ഭാരമുള്ളതായി മാറി. അതിനാൽ ആ ഫോട്ടോയെ അത്രമേൽ ആരാധിച്ചില്ല. അതുപോലെയാരും കൊടും ദാരിദ്ര്യമനുഭവിക്കരുതെന്ന ദീർഘനിശ്വാസം മാത്രം. പ്രകൃതിനിയമങ്ങളല്ല, നമ്മുടെ സ്ഥാപനങ്ങളാണ് ദരിദ്രരെ വീണ്ടും ഉണക്കിക്കളയുന്നതെങ്കിൽ കുറ്റം വളരെ വലുതാണ് എന്ന ചാൾസ് ഡാർവിന്റെ പ്രസ്താവമാണ് മനസ്സിലെത്തുന്നത്.

ദാരിദ്ര്യത്തിന്റെ കുഴിമാടത്തിൽനിന്ന് ചരിത്രത്തിന്റെയും ഓർമ്മയുടെയും സമൃദ്ധിയിലേക്ക് ഫ്ളോറൻസിനെ ഉയർത്തിയ ഡൊറോത്തിയോ

യുടെ 1936 ലെ ഫോട്ടോ, സാമ്പത്തികക്കുഴപ്പത്തിന്റെ പ്രത്യാഘാതങ്ങൾ മനുഷ്യവല്ക്കരിക്കുകയായിരുന്നു. ഡോക്യുമെന്ററി ഫോട്ടോഗ്രാഫിയുടെ വികാസഘട്ടത്തിലെ നാഴികക്കല്ലുമായി മാറി അത്. അഞ്ച് ദൃശ്യങ്ങൾ പകർത്തിയതിൽ രണ്ടെണ്ണം സാൻഫ്രാൻസിസ്കോ പത്രത്തിലൂടെയാണ് പുറംലോകമറിഞ്ഞത്. ഇതു ശ്രദ്ധയിൽപ്പെട്ട അധികൃതർ ക്യാമ്പുകളിൽ അടിയന്തര സഹായമെത്തിക്കുകയുംചെയ്തു. ഫ്ളോറൻസിന്റെ ശവകുടീരത്തിലെ 'കുടിയേറ്റ അമ്മ, അമേരിക്കൻ മാതൃത്വത്തിന്റെ ശക്തിസ്രോതസ്സായ ഇതിഹാസം' എന്ന കൊത്തിയെഴുത്ത് ഏറെ ശ്രദ്ധേയമാണ്.

1895 ൽ ജനിച്ച ഡൊറോത്തിയോ ലാംഗ് 1930 കളിലെ സാമ്പത്തികക്കുഴപ്പത്തിന്റെ ചിത്രപരമ്പരയിലൂടെയാണ് ഫോട്ടോ ജേണലിസത്തിന്റെ മേഖലയിൽ അനിഷേധ്യസ്ഥാനം നേടുന്നത്. തിരസ്കാരത്തിന്റെയും രോഗാവസ്ഥയുടെയും ഇല്ലായ്മകളുടെയും നടവരമ്പിൽ കാൽതെറ്റിയതായിരുന്നു ബാല്യവും കൗമാരവും. പന്ത്രണ്ടാം വയസ്സിൽ അച്ഛൻ അമ്മയെ ഉപേക്ഷിച്ച് തെളിവുകളില്ലാതെ പോയത് വലിയ ആഘാതമായി. ഏഴാം വയസ്സിൽ വേദനിപ്പിക്കാൻ തുടങ്ങിയ പോളിയോ വലതുകാലിന്റെ ശേഷി തകർക്കുംവരെ ദയാരഹിതമായി. വഴികാട്ടുകയും പഠിപ്പിക്കുകയും സഹായിക്കുകയുംചെയ്ത ശക്തിക്ഷയം അതേപോലെ അപഹസിക്കുകയുമുണ്ടായെന്നാണ് ഡൊറോത്തിയോ എഴുതിയത്. ആ വൈകല്യത്തിന്റെ ബലത്തിലൂടെയായിരുന്നു പിന്നീടുള്ള നടത്തം.

ഫോട്ടോഗ്രാഫിയോടുള്ള ഹൃദയാടുപ്പം കൊളംബിയ സർവ്വകലാശാലയിലെത്തിച്ചു. ക്ലാരൻസ് എച്ച് വൈറ്റിനെപ്പോലുള്ളവർ അന്നവിടെ പഠിപ്പിക്കുന്നുണ്ടായിരുന്നു. പല പ്രശസ്ത സ്റ്റുഡിയോകളിലായുള്ള അപ്രന്റീഷിപ്പ് കാഴ്ചകൾക്ക് കൃത്യത വരുത്തി. ആർനോൾഡ് ഗെന്തെപോലുള്ള സ്ഥാപനങ്ങൾ ഇതിൽ അന്താരാഷ്ട്ര ഖ്യാതി നേടിയതായിരുന്നു.

1920 ൽ സാൻഫ്രാൻസിസ്കോയിലേക്ക് നീങ്ങി. അവിടെ പോർട്രേയ്റ്റ് സ്റ്റുഡിയോ ആരംഭിച്ചു. സാമ്പത്തിക പ്രതിസന്ധിയുടെ കാലത്ത് അവർ ക്യാമറ സ്റ്റുഡിയോവിൽനിന്ന് തെരുവിലെത്തിക്കുകയായിരുന്നു.

തൊഴിലില്ലാത്തവരെയും ഭവനരഹിതരെയും കുറിച്ചുള്ള ആഴമേറിയ പഠനങ്ങൾ ഡൊറോത്തിയോക്ക് ഫാം സെക്യൂരിറ്റി അസോസിയേഷനിൽ ജോലി നേടിക്കൊടുത്തു. 1935 ൽ സാമ്പത്തികശാസ്ത്ര പ്രൊഫസർ പോൾ ഷുസ്റ്റർ ടെയ്ലർ ജീവിതത്തിലെത്തിയതോടെ ചിന്തകൾക്കും കാഴ്ചകൾക്കും ഗൗരവമായ അടിത്തറയുണ്ടായി. ഇരുവരും നടത്തിയ ദീർഘ ചർച്ചകളും സംവാദങ്ങളും സാമൂഹ്യ ഇടപെടലിന്റെ അപരിചിത സാദ്ധ്യതകൾ ഉണർത്തി. ഭർത്താവിന്റെ സ്ഥിതിവിവരങ്ങളും ഭാര്യയുടെ ഫോട്ടോകളും ദാരിദ്ര്യത്തിന്റെ മറുകര കാണിച്ചുകൊടുത്തു. തുണ്ടു കൃഷിക്കാരും കുടിയേറ്റ തൊഴിലാളികളും അഭിമുഖീകരിച്ച യാതനാനിർഭരങ്ങളായ അവസ്ഥ അമേരിക്കൻ പൊതുജന മദ്ധ്യത്തിലെത്തിയത് അങ്ങനെ. ഫോട്ടോകളും വിവരണങ്ങളും ചേർത്തുള്ള *ആൻ അമേരിക്കൻ എക്സോഡസ്: എ റെക്കോഡ് ഓഫ് ഹ്യൂമൻ ഇറോഷൻ* പുസ്തകം വിമർശനാത്മക ഫോട്ടോ സമാഹാരത്തിന്റെ മികച്ച ഉദാഹരണമാണ്.

മാർക്സിസത്തിന്റെ വിശകലനോപാധികൾ വേണ്ടവിധം ഉപയോഗപ്പെടുത്തിയിരുന്നില്ലെങ്കിലും പുരോഗമനകാരിയായ കാർഷിക സാമ്പത്തിക ശാസ്ത്രജ്ഞൻ എന്നും പേരുകേട്ടിരുന്നു പോൾ ടെയ്‌ലർ. ഇക്കാര്യത്തിൽ സോഷ്യലിസ്റ്റ് ചിന്തകൻ എദിത്ത് അബോട്ടിന്റെ സ്വാധീനം വലുതായിരുന്നു. സർവ്വകലാശാലയിൽനിന്ന് വിരമിച്ച ശേഷം യുണൈറ്റഡ് ഫാം വർക്കേഴ്സ് പ്രസ്ഥാനത്തെ തുണച്ചുപോന്നു.

രണ്ടാംലോകയുദ്ധ വിരുദ്ധ പ്രചാരണത്തിന്റെ പ്രധാനികളെ തടവിലിട്ടതിൽ പ്രതിഷേധിച്ച് നടന്ന പ്രകടനങ്ങൾക്ക് പോൾ ടെയ്‌ലർ പലവട്ടം നേതൃത്വം നല്കി. കൃഷിയെ അഗ്രി ബിസിനസായി മറിച്ചിടുന്ന കുത്തകകൾക്കെതിരെയും നിലകൊണ്ടു. നികുതിദായകരുടെ ചെലവിൽ അവ പാഴാക്കുന്ന ജലസ്രോതസ്സുകളെക്കുറിച്ച് എഴുതുകയും ചെയ്യു. വിയത്നാം ഈജിപ്ത്, കൊളംബിയ, ദക്ഷിണകൊറിയ, ഇക്വഡോർ തുടങ്ങിയ രാജ്യങ്ങളിൽ ഭൂപരിഷ്കരണം അനിവാര്യമാണെന്ന് പറഞ്ഞ അദ്ദേഹം മൂന്നാംലോകത്തിന് നിഷേധിക്കപ്പെടുന്ന പ്രായോഗികാറിവുകളെക്കുറിച്ചും ഓർമ്മപ്പെടുത്തി.

യാഥാർത്ഥ്യങ്ങൾ മുങ്ങിയെടുത്ത ഡൊറോത്തിയോയുടെ ഫോട്ടോകൾ ചിലപ്പോഴെല്ലാം പട്ടാളം കണ്ടുകെട്ടുകയുണ്ടായി. 1952 ൽ അവർ ആരംഭിച്ച *അപെർചർ* ഫോട്ടോഗ്രാഫിക് മാഗസിൻ നടത്തിയ ഇടപെടലുകളും ഗംഭീരം. ബെര്യേസ് തടാക നിർമ്മിതിക്കായുള്ള ഒഴിപ്പിക്കൽ പ്രശ്നം ഒപ്പിയെടുത്ത ഫോട്ടോകൾ ഡൊറോത്തിയോ *ലൈഫ് മാഗസിന്* നല്കിയെങ്കിലും സമ്മർദ്ദംമൂലം അവ വെളിച്ചം കണ്ടില്ല. പിന്നെയത് സ്വന്തം പ്രസിദ്ധീകരണത്തിൽ പൂർണ്ണമായും അച്ചടിച്ചു.

1941 ൽ ഫോട്ടോഗ്രാഫി മികവിനുള്ള ഗുഗ്ഗെൻഹെയിം ഫെല്ലോഷിപ്പ് ഡൊറോത്തിയോക്ക് സമ്മാനിച്ചെങ്കിലും പേൾ ഹാർബർ കടന്നാക്രമണത്തിൽ പ്രതിഷേധിച്ച് അവർ അത് തിരിച്ചുനല്കി. അമേരിക്കയിലെ ജപ്പാൻ കുട്ടികളുടെ സങ്കടാവസ്ഥ മുൻനിർത്തിയുള്ള പരമ്പരകളിലൂടെയും താനൊരു പ്രക്ഷോഭകാരിയാണെന്ന് അവർ തെളിയിച്ചു. കുറ്റകൃത്യങ്ങളുടെ ഒരു ആരോപണവുമേല്ക്കാത്തവരെ നാടുകടത്തുന്നതിനെതിരെയായിരുന്നു ആ ഫോട്ടോകൾ. 'മൈഗ്രന്റ് മദർ' ഫോട്ടോ എടുത്ത നിപോമോ പ്രദേശത്തെ സ്കൂളിന് ഡൊറോത്തിയോയുടെ പേര് നല്കിയത് അവരോടുള്ള ആദരവിന്റെ നിദർശനം.

1930 കളുടെ സാമ്പത്തിക പ്രഹരമേല്ക്കാത്തവർക്കെല്ലാം അതൊരു കളവോ തമാശയോ ആയിരിക്കാം. അടിത്തട്ടിലുള്ളവർക്ക് ഇത്തരം ഘട്ടങ്ങൾ എത്ര ദുഷ്കരമായിരിക്കുമെന്നതിന്റെ ഓർമ്മപ്പെടുത്തലാണത്. മൂന്നുലക്ഷം ആളുകളാണ് തോട്ടപ്പണിക്കാരായി കാലിഫോർണിയയിലേക്ക് കുടിയേറിയതും. പേരുമറന്നുപോയവർപോലും ഫ്ളോറൻസ് തോംസന്റെ മൊണാലിസ ഭാവങ്ങൾ മറക്കാനിടയില്ല. പൊടിപ്പാത്രത്തിലെ മൊണാലിസ. വയലുകൾ കൃഷിചെയ്യാതെ ഇട്ടതിനാൽ ഉണങ്ങി പൊടി പാറിയിരുന്ന ഘട്ടമായിരുന്നു അത്

മുളക്കമ്പുകൊണ്ട് പണിത താല്ക്കാലിക കുടിലിലായിരുന്നു അവരും

ഡൊറോത്തിയോ ലാംഗ്

കുട്ടികളും താമസിച്ചിരുന്നത്. ഒരു ഏക്കർ സ്ഥലത്തെ പരുത്തി വെട്ടുന്നതിന് 40 സെന്റ് മാത്രമായിരുന്നു കൂലി. നേരം കണ്ണുതുറക്കും മുമ്പേ വയലിലെത്തി ഏറെ ഇരുട്ടുംവരെ പണിയെടുത്തിട്ടും പിടിച്ചുനില്ക്കാനായില്ല. കൊച്ചുകുട്ടികളുടെ വിയർപ്പാണ് കുറച്ചെങ്കിലും ആശ്വാസം നല്കിയത്. അവർ എന്തെങ്കിലുമൊക്കെ എത്തിക്കുമായിരുന്നു. ഭർത്താവിന്റെ മരണശേഷം ജനിച്ച കുട്ടിയായ നോർമയുടെ കളിസ്ഥലം അക്ഷരാർത്ഥത്തിൽ റോഡായിരുന്നുവെന്ന് പറയാറുണ്ട്. വഴിയാത്രക്കാരിലെല്ലാം അച്ഛനെ തിരയുകയും ചെയ്യും അവൾ. മണിക്കൂറിൽ 16 മണിക്കൂർ വെന്തുരുകിയാണ് ഫ്ളോറൻസ് മക്കളുടെ ജീവൻ നിലനിർത്തിയത്. എട്ടുവർഷം ഇങ്ങനെ എല്ലാ ദിവസവും തളരുംവരെ വേലയെടുത്തു. ഡൊറോത്തിയോ ലാംഗ് ക്യാമറയിൽ പകർത്തിയ ഉടൻ കുടുംബം മറ്റൊരു തോട്ടത്തിലേക്ക് മാറി. സാമ്പത്തികക്കുഴപ്പത്തിന്റെ നിർവ്വചനം തന്നെയായ ഫോട്ടോ തന്റെ ചുരുക്കമല്ലെന്ന നിലപാടിലായിരുന്നു ഫ്ളോറൻസ്. സംഗീതത്തിലും ഫലിതത്തിനും ഏറെ തല്പരയായിരുന്ന അവർക്ക് അധികം വിദ്യാഭ്യാസം നേടാനായില്ല. കനേഡിയൻ തെരുവുഗായകൻ മൊണ്ടാന സ്ലിമ്മിനോട് സംഗീതസാന്ദ്രമായ അനുഭാവമായിരുന്നു. *യു ആർ മൈ സൺഷൈൻ'* എന്ന പ്രശസ്ത രചന ഫ്ളോറൻസിന് ഹൃദിസ്ഥമായിരുന്നത്രെ. അദ്ദേഹത്തിന്റെ ജനപ്രിയ അമേരിക്കൽ ക്രിസ്മസ് കരോളായ *ജോളി ഓൾഡ് സയിന്റ് നിക്കോളാസ്* മറ്റൊരു പ്രചോദനം. സ്കൂളിൽ പോവാനാവാത്ത തന്റെ ദുരന്തം കുട്ടികൾക്കുമുണ്ടായി. തോട്ടങ്ങളിൽ നിന്ന് പറിച്ചെറിയപ്പെട്ടുകൊണ്ടേയിരുന്നതിനാലായിരുന്നു ഇത്. അവരെ പരുത്തിച്ചാക്കുകളിൽ കിടത്തിയാണ് അമ്മ പണിക്കുപോവുക. വലിയ മക്കൾ കുടിലിന് മുന്നിലുണ്ടാവും. അവരെ നോക്കിയാണ് അപകടങ്ങൾ തിരിച്ചറിയുക. പലപ്പോഴും കുട്ടികളെ കുളിപ്പിക്കാൻപോലും സമയം കിട്ടാറില്ല. അതിന്റെ പേരിൽ മറ്റുള്ളവരിൽനിന്ന് കളിയാക്കലുകൾ സഹിക്കേണ്ടിവന്നു. ഫ്ളോറൻസിന്റെ മകൾ മക്ഇൻതോഷ് അടുത്തിടെ പ്രതികരിച്ചത്, 1930 കൾക്കുശേഷമുള്ള ഭയാനകമായ സാമ്പത്തിക സങ്കീർണ്ണതയിലൂടെയാണ് അമേരിക്ക കടന്നുപോകുന്നത് എന്നാണ്. അക്കാലത്തെ തെറ്റുകൾ വീണ്ടും ആവർത്തിക്കപ്പെടരുതെന്നും കൂട്ടിച്ചേർത്തു.

സുഡാന്റെ ആത്മകഥ

രാഷ്ട്രീയാനിശ്ചിതത്വങ്ങളും ആഭ്യന്തര യുദ്ധങ്ങളും കീറിമുറിച്ച സുഡാന്റെ ഹൃദയം തകർത്തവയായിരുന്നു കാലനെപ്പോലെ ഇടയ്ക്കിടെ വന്ന പട്ടിണിയും ക്ഷാമവും. എഴുന്നേറ്റുനില്ക്കാൻ ആവാത്തവിധം ശോഷിച്ച ആ രാജ്യത്തിലെ മനുഷ്യർ ആധുനിക ജനാധിപത്യ സമൂഹത്തിന് അപമാനമാണ്. കൃഷി വറ്റിവരണ്ടുണങ്ങിയ അവിടെ മരണം മാത്രമാണ് കൊയ്യാനുള്ളത്. പക്ഷികളും മൃഗങ്ങളും വാടിക്കരിഞ്ഞു വീഴുന്ന കാഴ്ച മറ്റൊന്ന്.

പട്ടിണിതിന്ന് അലിഞ്ഞില്ലാതാവുന്ന ജനലക്ഷങ്ങൾക്ക് ഭക്ഷണം സ്വപ്നം കാണാൻപോലുമാവുന്നില്ല. ലോകത്തിലെ ഏറ്റവും ഇരുണ്ട ഇടമെന്ന് നിസ്സംശയം വിളിക്കാവുന്ന സുഡാൻ അടക്കമുള്ള ആഫ്രിക്കൻ മേഖല മനുഷ്യനിർമ്മിതമായ നരകമാണ്. തീപോലെ പടർന്നുപിടിക്കുന്ന രോഗങ്ങളും വാസസ്ഥലമില്ലായ്മയും മലിനീകരണവും സ്ഥിതി കൂടുതൽ സങ്കീർണ്ണവും ഭയാനകവുമാക്കുന്നു. 'മനുഷ്യൻ എന്ന മഹത്തായ പദം' അവിടെ എല്ലും തോലും മാത്രമുള്ള ജീവച്ഛവങ്ങളുടെ ചുരുക്കപ്പേരാണ്. തുറക്കാനാവാത്ത കണ്ണുകളും ഉന്തിയ വയറും ഈർക്കിൽ സമാനമായ കൈകാലുകളും പേട് തേങ്ങപോലെ വികൃതമായ തലകളും കൊണ്ട് കുട്ടികൾ മൃഗശാലാ ദൃശ്യംപോലെയായിരിക്കുന്നു. നടന്നുപോകാൻപോലുമാവാത്തത്ര കീറിപ്പറിഞ്ഞ റോഡുകളും സ്കൂളും ആശുപത്രികളുമില്ലാത്ത ഗ്രാമങ്ങളുമാണെങ്കിലും മതത്തിന്റെയും സംസ്കാരത്തിന്റെയും അധികാരത്തിന്റെയും പേരിൽ നിലയ്ക്കാത്ത യുദ്ധങ്ങളാണ് സുഡാനിൽ. ആ വരണ്ട ഭൂമിയെ നന്നായി നനച്ചെടുക്കാനാവുന്നത്ര ചോര ഒഴുകിക്കഴിഞ്ഞു. തെക്കൻ–വടക്കൻ വിഭാഗങ്ങൾ തമ്മിലുള്ള ഏറ്റുമുട്ടലുകളിലടക്കം 30 ലക്ഷം പേരാണ് ശവങ്ങളായി ചിതറിവീണതും.

സുഡാൻ ക്ഷാമം – കെവിന്റെ ഫോട്ടോ.

കെവിൻ കാർട്ടർ

കെടുതികളിൽനിന്ന് കെടുതികളിലേക്ക് വലിച്ചെറിയപ്പെട്ടുകൊണ്ടിരിക്കുന്ന സുഡാന്റെ അവസ്ഥ വിവരിക്കാൻ വാക്കുകൾ അശക്തമാണ്. ഇവിടെയാണ് കെവിൻ കാർട്ടറുടെ ഒരൊറ്റ ഫോട്ടോ ചരിത്രത്തിന്റെ ഹൃദയമായി മാറിയത്.

അപ്പാർതീഡിന്റെ പരുക്കൻ യാഥാർത്ഥ്യങ്ങൾ തിളച്ചുമറിഞ്ഞ ദക്ഷിണാഫ്രിക്കയിൽ ജനിച്ച കെവിൻ ഒരു പര്യടനത്തിനിടെയാണ് സുഡാൻ ദുരന്തത്തിന്റെ സങ്കടചിത്രം ക്യാമറയിൽ പകർത്തിയത്. പട്ടിണിയുടെ തടവിൽ കിടന്ന് ഒന്നുമല്ലാതായ കുട്ടി ഭക്ഷണ വിതരണ കേന്ദ്രത്തിലേക്ക് ഇഴഞ്ഞു നീങ്ങുന്നതായിരുന്നു ലോകത്തെ കരയിച്ച ചിത്രം. അടുത്തു തന്നെ മരണചിഹ്നം പോലെ കഴുകൻ.

1993 മാർച്ച് 26 ന് *ന്യൂയോർക്ക് ടൈംസി*ലായിരുന്നു കെവിന്റെ ഫോട്ടോ ആദ്യം പ്രസിദ്ധീകരിച്ചു വന്നത്. തുടർന്ന് ലോകമാകെ നൂറുകണക്കിന് ആനുകാലികങ്ങൾ അത് ആവർത്തിച്ചു. 1994 ൽ പുലിസ്റ്റർ സമ്മാനം നേടിയതോടെ കെവിനും ആ ഫോട്ടോയും വീണ്ടും പ്രശസ്തിയുടെ നെറുകയിലെത്തി.

സാമൂഹ്യ പ്രവൃത്തിയെന്ന നിലയിലാണ് കെവിൻ ഫോട്ടോഗ്രാഫിയുടെ കൃത്യതകൾ തേടിയലയുന്നത്. കുട്ടിയായിരിക്കെ കണ്ട ആഫ്രിക്കൻ ജീവിതം അവനെ ഒട്ടൊന്നുമല്ല സങ്കടപ്പെടുത്തിയതും. തന്റെ പ്രദേശത്ത് കഴിഞ്ഞിരുന്ന കറുത്ത വർഗ്ഗക്കാരെ നിയമവിരുദ്ധ താമസക്കാർ എന്ന് മുദ്രകുത്തി പൊലീസ് വലിച്ചിഴയ്ക്കുന്ന കാഴ്ച സഹിക്കാവുന്നതിനപ്പുറമായി.

അപ്പാർതീഡിനെതിരെ ശബ്ദം പുറത്തുകാട്ടാതിരുന്ന ബന്ധുക്കൾക്കെതിരെ ആ ബാലൻ പിറുപിറുക്കുകയുമുണ്ടായി. ഹൈസ്കൂൾ ക്ലാസിനപ്പുറം പഠനം തുടരാനാകാത്ത കെവിൻ ഫാർമസിസ്റ്റിന്റെ ജോലി നേടി. തുടർന്ന് സൈന്യത്തിൽ. അവിടെ പിടിച്ചുനില്ക്കാനാവാതെ അസംതൃപ്തി പുറത്തെടുത്തപ്പോൾ ശിക്ഷിക്കപ്പെടുകയുമുണ്ടായി. 1980 ൽ മെസ് ഹാളിൽ കറുത്ത വർഗ്ഗക്കാരനായ വിളമ്പുകാരൻ ക്രൂരമായി അപഹസിക്കപ്പെട്ടപ്പോൾ കെവിൻ അയാളെ പിന്തുണച്ചു. കഠിന മർദ്ദനം അഴിച്ചുവിട്ടുകൊണ്ടായിരുന്നു സഹ പട്ടാളക്കാരുടെ പ്രതികാരം. 1983 ൽ പ്രിട്ടോറിയിലെ ചർച്ച് സ്ട്രീറ്റിലുണ്ടായ സ്ഫോടനത്തെ തുടർന്നാണ് ഫോട്ടോഗ്രാഫിയിലെത്തുന്നത്.

*സ്പോർട്സ് മാഗസി*നിലെ വാരാന്ത്യപ്പതിപ്പിലാണ് ആദ്യം പ്രവർത്തിച്ചത്. ഒരു വർഷത്തിനിടെ *ജോഹന്നസ്ബർഗ് സ്റ്റാർ* പത്രത്തിലെത്തി. അപ്പാർതീഡിന്റെ ക്രൂരതകൾ പുറം ലോകത്തെത്തിച്ച നിരവധി ഫോട്ടോകളെടുത്തു അക്കാലത്ത്. 1980 മദ്ധ്യത്തിൽ ഒരു കറുത്തവർഗ്ഗക്കാരനെ പരസ്യമായി കൊലചെയ്ത്ത് ആദ്യം ഒപ്പിയെടുത്തതും കെവിൻ. 'നെക്ലേസിങ്' എന്ന പേരിലാണ് അത് പിന്നീട് അറിയപ്പെട്ടത്.

തന്റെ തൊഴിലിന് പ്രാമുഖ്യം നല്കി ഫോട്ടോ പ്രസിദ്ധീകരിക്കാൻ പത്രമോഫീസിലേക്ക് തിടുക്കത്തിൽ പോയ കെവിന് പിന്നീട് വലിയ

കുറ്റബോധമുണ്ടായി. ഫോട്ടോയെക്കാൾ ആ കുട്ടിയുടെ ജീവന് പ്രാധാന്യം കൊടുക്കുകയല്ലേ വേണ്ടിയിരുന്നത് എന്ന ചിന്തയേറ്റുന്നതിൽ വായനക്കാരുടെ പ്രതികരണങ്ങളും പങ്കുവഹിച്ചു. ചിത്രം ആദ്യം പ്രസിദ്ധീകരിച്ച *ന്യൂയോർക്ക് ടൈംസ്* ഓഫീസിലേക്ക് നൂറുകണക്കിനാളുകൾ വിളിച്ചുകൊണ്ടിരുന്നു. എല്ലാവർക്കും അറിയേണ്ടിയിരുന്നത് ഫോട്ടോയിലെ കഥാപാത്രത്തെക്കുറിച്ച്. ഭക്ഷ്യവിതരണ കേന്ദ്രത്തിലേക്ക് അവൻ എത്തിയോ എന്ന് ഉറപ്പില്ലെന്ന് അറിയിച്ച അധികൃതർ ചോദ്യചിഹ്നംപോലെയാണ് പറഞ്ഞു നിർത്തിയതും.

ഇത്തരം 'കുറ്റകൃത്യ'ത്തിന്റെ ആഘാതവും മനസ്സിലെ മുറിവും കെവിനെ സ്വയം ഇല്ലാതാക്കിയെന്നു പറയാം. 1994 ജൂലൈ 27 ന് വിഷവാതകം വായിലേക്ക് അടിച്ചുകയറ്റി ആത്മഹത്യ ചെയ്യുകയായിരുന്നു. കുട്ടിക്കാലത്ത് കളിച്ചുനടന്ന വയൽക്കരയായിരുന്നു അതിന് തെരഞ്ഞെടുത്തത്. കടുത്ത ദാരിദ്ര്യത്തിന്റെ സൂചനകളും ആത്മഹത്യാകുറിപ്പിലുണ്ടായി. ഇത്തരം അനുഭവപരമ്പരകളും കയറ്റിറക്കങ്ങളും കൂട്ടിച്ചേർത്ത *ദി ഡെത്ത് ഓഫ് കെവിൻ കാർട്ടർ* ഡോക്യുമെന്ററിയും മറക്കാവുന്നതല്ല. 2006 ൽ അക്കാദമി പുരസ്കാരത്തിന് നാമനിർദ്ദേശം ചെയ്യപ്പെടുകയുണ്ടായി അത്.

പെലെ, മൂർ, വാർലി

ലോകം കണ്ട എക്കാലത്തെയും മികച്ച രണ്ട് ഫുട്ബോൾ പ്രതിഭകളായിരുന്നു പെലെയും ബോബി മൂറും. കാൽപ്പന്തുകളിയിലെ ഇന്ദ്രജാലങ്ങളിലൂടെ തന്റെയും രാജ്യത്തിന്റെയും പേര് ചരിത്രത്തിന്റെ വിസ്തൃതമായ ഓർമ്മയിലേക്ക് കൂട്ടിച്ചേർക്കുകയായിരുന്നു പെലെ. റോബർട്ട് ഫ്രെഡറിക് ചെൽസിയ ബോബി മൂർ 1966 ലെ ലോകകപ്പ് ഇംഗ്ലണ്ടിലെത്തിച്ച ക്യാപ്റ്റനായിരുന്നു. 1973 ൽ 32–ാം വയസ്സിൽ വിരമിക്കുമ്പോൾ മൂർ എത്തിപ്പിടിച്ച നേട്ടങ്ങൾ എത്രയോ.

ഇംഗ്ലണ്ട് ഫുട്ബോൾ ടീമിനെ നയിച്ച ഏറ്റവും പ്രായം കുറഞ്ഞ ക്യാപ്റ്റനായിരുന്നു മൂർ. കുറേ വിജയങ്ങളിലൂടെ അദ്ദേഹം രാജ്യത്തെ ഫുട്ബോളിൽ മുന്നിലെത്തിച്ചു. അങ്ങനെ ദേശീയ പ്രതീകങ്ങളിലൊന്നായി. ഏറെ പ്രേക്ഷക ശ്രദ്ധ നേടിയ ടെലിവിഷൻ പരിപാടികൾ ആ പ്രശസ്തി പിന്നെയും ഉയർത്തി. 1990 ൽ കാപ്പിറ്റൽ ഗോൾഡ് റേഡിയോവിൽ കളി അവലോകനം നടത്തിയും പേരെടുത്തു.

മൂറിനെ സംബന്ധിച്ച് എഴുപതുകൾ ദുരനുഭവങ്ങളുടെ കയ്പുകാലമായിരുന്നു. 1970 ലോകകപ്പിനുള്ള ടീമിന്റെ ക്യാപ്റ്റനായി തെരഞ്ഞെടുക്കപ്പെട്ടെങ്കിലും പരിശീലനം തടസ്സപ്പെട്ടു. കൊളംബിയയിലെ ആഭരണക്കടയിൽനിന്ന് ബ്രേസ്‌ലെറ്റ് കാണാതായതിൽ അദ്ദേഹം സംശയിക്കപ്പെട്ടതായിരുന്നു പ്രശ്നത്തിന്റെ തുടക്കം. ഇംഗ്ലണ്ട് അവിടെ സന്നാഹ മത്സരത്തിന് പോയത് ആരോപണം ബലപ്പെടുത്തി. അറസ്റ്റിലായ മൂർ പിന്നീട് മോചിപ്പിക്കപ്പെട്ടു. എന്നാൽ മറ്റൊരു മത്സരത്തിനുശേഷം മടങ്ങവെ കൊളംബിയയിൽ വീണ്ടും അറസ്റ്റിലായി. നാലു ദിവസം വീട്ടുതടങ്കലിൽ വെച്ചു. നയതന്ത്ര സമ്മർദ്ദവും തെളിവുകളുടെ അഭാവവും മൂറിന് അനുകൂലമായി.

ബോബി മൂർ - പെലെ

1970 ആഗസ്ത് 10 ന് മൂറിന് കിട്ടിയ അജ്ഞാത കത്ത് ഞെട്ടിപ്പിക്കുന്നതായിരുന്നു. ഭാര്യയെ തട്ടിക്കൊണ്ടുപോവുകയാണെന്നും പതിനായിരം പൗണ്ട് മോചനദ്രവ്യം ആവശ്യമാണെന്നുമായിരുന്നു ഉള്ളടക്കം. കളി സീസണിടെ മദ്യപിച്ച് ബഹളമുണ്ടാക്കിയതിനും അദ്ദേഹം ശകാരിക്കപ്പെട്ടിരുന്നു. അതിനുശേഷമുണ്ടായ മത്സരത്തിൽ ടീം തോറ്റു. തുടർന്ന് മൂർ അടക്കം നാല് കളിക്കാർക്ക് പിഴ ചുമത്തി.

വിചിത്രമായ പെരുമാറ്റവും ക്രൂരമായ തിരിച്ചടികളും നിറഞ്ഞതായിരുന്നു മൂറിന്റെ വ്യക്തിജീവിതമെങ്കിലും ഫുട്ബോൾ ഭൂപടത്തിൽ അദ്ദേഹത്തിന് സ്മാരകം പോലുള്ള സ്ഥാനമാണ്. മൂറില്ലായിരുന്നെങ്കിൽ ഇംഗ്ലണ്ടിന് ലോകകപ്പ് നേടാനാവുമായിരുന്നില്ലെന്ന അൽഫ് റംസേയുടെയും, ഫുട്ബോൾ ചരിത്രത്തിലെ ഏറ്റവും മികച്ച പ്രതിരോധക്കാരൻ ബെക്കൻ ബോവറുടെയും, എന്താണ് സംഭവിക്കുകയെന്ന് മറ്റെല്ലാവരെക്കാളും 20 മിനിറ്റ് മുമ്പ് ഗ്രഹിക്കുന്നവൻ എന്ന പ്രശസ്തനായ ജോക്ക് സ്റ്റെയിന്റെയും അഭിപ്രായങ്ങൾ അതിന്റെ സാക്ഷ്യവും. താൻ അഭിമുഖീകരിച്ച ഏറ്റവും കരുത്തുറ്റ പ്രതിരോധക്കാരൻ എന്ന പെലെയുടെ വിശേഷണം 1970 ലോകകപ്പ് മത്സരത്തിനുശേഷമാണ് പുറത്തുവന്നത്. ബ്രസീൽ - ഇംഗ്ലണ്ട് ടീമുകൾ മെക്സിക്കോയിലേക്ക് വിമാനം കയറിയത് വല നിറഞ്ഞ പ്രതീക്ഷയോടെയായിരുന്നു. ഇരു രാജ്യങ്ങളും തമ്മിലുള്ള ഗ്രൂപ്പ് മത്സരം ഫൈനലിന്റെ മുഖഭാവമുള്ളതാണെന്നായിരുന്നു

ജോൺ വാർലി

കളിക്കമ്പക്കാരുടെ തീർപ്പ്. പ്രവചനക്കാരെ നിരാശപ്പെടുത്തിയില്ല. ഫുട്ബോൾ വ്യാകരണമറിയാത്തവർപോലും ഇന്നും നെഞ്ചേറ്റുന്ന നിരവധി മുഹൂർത്തങ്ങളുണ്ടായി അവിടെ. പെലെയെ അനങ്ങാനാവാത്തവിധം പിടിച്ചുകെട്ടിയ മൂറിന്റെ തന്ത്രങ്ങൾ ഇപ്പോഴും ആവേശമാണ്. ജെയിർസിനോയുടെ അവിസ്മരണീയമായ ഗോളിലൂടെ ബ്രസീൽ കിരീടം ചൂടിയത് മറ്റൊരു കഥ.

അതേക്കാളെല്ലാം മെക്സിക്കോ ഫൈനലിനെ ഉജ്ജ്വലമാക്കിയത് മത്സരത്തിനുശേഷം പെലെയും മൂറും പരസ്പരം ജേഴ്സികൾ കൈമാറിയതായിരുന്നു. ആ രംഗം കണ്ട ഒരാൾക്കും ആരാണ് ജയിച്ചതെന്ന് ഊഹിക്കാൻ പോലുമാവുമായിരുന്നില്ല. ഇരുവരുടെയും സ്പർശം, പുഞ്ചിരി, കണ്ണുകൾ, ഇവയൊന്നും ഒരു സൂചനയും നല്കിയില്ലത്രെ. തങ്ങളുടെ കളിജീവിതത്തിലെ ഏറ്റവും തിളങ്ങിയ ആഹ്ലാദനിമിഷമായിട്ടാണ് ഈ രംഗത്തിന്റെ സ്വാഭാവികതയെ പെലെയും മൂറും പരിഗണിച്ചതും. അന്നത്തെ ഫോട്ടോ, ആ നിമിഷത്തെ തലമുറകൾക്കായി സൂക്ഷിച്ചുവെച്ചത് ജോൺ വാർലി.

പെലെയുടെയും മൂറിന്റെയും അസാധാരണമായ എന്തെങ്കിലും ഫോട്ടോ പ്രതീക്ഷിച്ചായിരുന്നു വാർലി ഫൈനൽ വിസിലിനു ശേഷം ഗ്രൗണ്ടിൽക്കയറിയത്. സഹപ്രവർത്തകരെല്ലാം മാറിനിന്ന ഘട്ടം. ജേഴ്സി വച്ചു മാറുന്ന ചിത്രം അയാൾ ലൈറ്റടിക്കും മട്ടിൽ ഒപ്പിയെടുക്കുകയായിരുന്നു. അതൊരു ഫോട്ടോഗ്രാഫിക്ക് ചരിത്രമാകുമെന്ന് വാർലി കരുതിയതേയില്ല. കളർ ചിത്രമായിരുന്നതും പത്രപ്രവർത്തന മേഖലയിൽ ഏറെ ചർച്ചയായി.

ദി ഡയലി മിറർ പത്രത്തിന്റെ യുദ്ധകാര്യ ലേഖകനായിരുന്ന ജോൺ വാർലി അക്ഷരാർത്ഥത്തിൽ ഫുട്ബോൾ ഭ്രാന്തനായിരുന്നു. മാനേജ്മെന്റുമായുള്ള കരാറിൽതന്നെ അത് തെളിഞ്ഞു. നാലു വർഷത്തിലൊരിക്കൽ ദീർഘാവധി അനുവദിക്കണമെന്നായിരുന്നു ഒരേയൊരു ആവശ്യം. ലോകകപ്പ് ഫുട്ബോൾ റിപ്പോർട്ട് ചെയ്യാനായിരുന്നു അത്. 1966 മുതൽ നാലുവട്ടം അങ്ങനെ വാക്കു പാലിക്കുകയുമുണ്ടായി.

എല്ലാ വിഭജനങ്ങൾക്കുമുപരി ഫുട്ബോൾ പ്രസരിപ്പിക്കുന്ന സാഹോദര്യത്തിന്റെയും ജനകീയതയുടെയും സമർപ്പണത്തിന്റെയും ഐക്യത്തിന്റെയും നിറവികാരമായിരുന്നു പെലെ–മൂർ സമാഗമത്തിൽ കണ്ടത്. ജേഴ്സികൾ മാറ്റി പരസ്പരം പുണർന്നത് വർണ്ണവെറിക്കുള്ള മറുപടി കൂടിയായി. 1914 ക്രിസ്തുമസ് വേളയിൽ ജർമ്മനിയും കൂട്ടാളികളും ഒരു യുദ്ധം നിർത്തിയത് ഫുട്ബോൾ ഐക്യ സന്ദേശം കേട്ടുകൊണ്ടായിരുന്നു. സ്വയം കളിക്കുന്നതും കളി നോക്കിയിരിക്കുന്നതും സമാധാനത്തിന്റെ പ്രേരണയുണ്ടാക്കുമെന്ന ഓർമ്മപ്പെടുത്തലാണ് ജോൺ വാർലിയുടെ പെലെ–മൂർ ഫോട്ടോ.

ബോബി മൂർ, എക്കാലവും ഹൃദയത്തിൽ ഓമനിച്ചുവെച്ച ഫോട്ടോ വാർലി പകർത്തിയതാണ്. നന്നേ ചെറുപ്പത്തിൽ ഫോട്ടോഗ്രാഫിയുടെ

വിസ്മയലോകം കണ്ടവനാണ് വാർലി. അയൽക്കാരൻ അവനെ ക്യാമറയിൽ പകർത്തി കോപ്പി അന്നുതന്നെ നല്കിയത് ജീവിതത്തിലെ ഏറ്റവും പ്രധാന തീരുമാനത്തിലെത്തിക്കുകയായിരുന്നു – ഫോട്ടോ ജേണലിസ്റ്റ്. പതിനഞ്ചാം വയസ്സിൽ *ഡോൺകാസ്റ്റർ ഈവിനിങ് ന്യൂസിന്റെ ഡാർക്ക്* റൂമിലെത്തിയത് അങ്ങനെ. ഈ പരിചയപ്പെടൽ പൂർണ്ണ ഫോട്ടോഗ്രാഫിയിലേക്ക് ഉയർത്തി. വിവിധ പത്രങ്ങളിലും ആനുകാലികങ്ങളിലും മികവ് തെളിയിച്ചു. ദേശീയ ശ്രദ്ധ നേടിയ ആദ്യ ഫോട്ടോ ഡോൺകാസ്റ്ററിനെ മുക്കിയ വെള്ളപ്പൊക്കത്തിന്റേതായിരുന്നു. കുട്ടിയെ രക്ഷിക്കാൻ പൊലീസുകാരൻ ജീവൻ പണയം വെച്ച് മുങ്ങി നിവരുന്നതായിരുന്നു അത്. ബയാഫ്രയിലെ ആഭ്യന്തരയുദ്ധം കെടുതിയിലാഴ്ത്തിയ ശിശുക്കളുടെ കൂട്ടക്കരച്ചിൽ ഉയരുന്നതുപോലെ സ്വാഭാവികമായ ചിത്രം മറ്റൊരു നാഴികക്കല്ല്. അക്കാലത്ത് അയർലൻഡിലെത്തിയ ആദ്യ ഫോട്ടോ ജേണലിസ്റ്റും വാർലി. അയക്കുന്നത് എവിടെയുമാകട്ടെ അപൂർവ്വ ചിത്രങ്ങളുമായേ അദ്ദേഹം തിരിച്ചുവരാറുണ്ടായിരുന്നുള്ളൂ. ലോക കായിക രംഗത്തെ ഏറ്റവും ശ്രദ്ധയമായ മുഹൂർത്തം ഒപ്പിയെടുത്ത വാർലിയുടെ രണ്ടു മക്കളും ഇതേ മേഖലയിലാണ്. മൂത്തമകൻ ആൻഡ്രൂ ഫോട്ടോഗ്രാഫിയിലും ഇളയവൻ ഡേവിഡ് ടെലിവിഷൻ ക്യാമറയിലും വിസ്മയങ്ങൾ തീർക്കുകയാണ്.

76–ാം വയസ്സിൽ അന്തരിച്ച ജോൺ വാർലിയെ 'സുവർണ്ണ കണ്ണുകൾ' എന്ന വിശേഷണത്താലാണ് മാദ്ധ്യമ നിരൂപകർ അടയാളപ്പെടുത്തിയിട്ടുള്ളത്.

ഏത് സംഘർഷ മേഖലകളിലും കടന്നുചെന്ന് അത്ഭുത ചിത്രങ്ങൾ മുങ്ങിയെടുക്കുന്ന മാന്ത്രികൻ. പൊലീസിന്റെ വാതക പ്രയോഗവും യുദ്ധരംഗത്തെ പീഡനങ്ങളുമെല്ലാം വാർലി പകർത്തിയത് നിറഞ്ഞ സാഹസികതയോടെയാണ്. ഒരു നല്ല ഫോട്ടോയ്ക്കുവേണ്ടി ദിവസങ്ങൾ ക്ഷമയോടെ കാത്തുകെട്ടി നില്ക്കാറുണ്ടായിരുന്നു അദ്ദേഹം; ഭക്ഷണവും ഉറക്കവുംപോലും ഉപേക്ഷിച്ച്.

റീഷ്താഗിലെ ചെമ്പതാക

അഡോൾഫ് ഹിറ്റ്ലറും ബെനിറ്റോ മുസോളിനിയും മനുഷ്യത്വത്തിനുമേലെ വാരിവിതറിയ കാടത്തത്തിന്റെ പരമ്പരകൾ ലോകത്തെ ഇപ്പോഴും ഭയത്തിലാഴ്ത്തുന്നവയാണ്. മലപോലെ കൂട്ടിയിട്ട തലയോട്ടികൾ പല്ലിളിച്ചു നില്ക്കുന്ന ചിത്രങ്ങൾ അക്കാലത്തെ ക്രൂരതകളുടെ ചിഹ്നം തന്നെ. ഫാസിസ്റ്റ് വിരുദ്ധപോരാട്ടത്തിന്റെ വിജയപ്രതീകമായി റീഷ്താഗിനു മുകളിലെ ചെങ്കൊടിയും. 1894 ൽ പണിതുയർത്തിയതു മുതൽ അത് ജർമ്മൻ അധികാരത്തിന്റെ കേന്ദ്രമായിരുന്നു. 1933 ഫെബ്രുവരി 27 ന് കമ്യൂണിസ്റ്റുകാർ ആ പാർലമെന്റ് മന്ദിരത്തിന് തീയിട്ടെന്നാരോപിച്ച് തുറന്നുവിട്ട വേട്ട ഏറെ സമാനതകളില്ലാത്തതും. കള്ളക്കഥകളുടെ മറ പിടിച്ചായിരുന്നു ആ കമ്യൂണിസ്റ്റ് ഉന്മൂലനം. അധികാരം പിടിച്ചടക്കിയതിന് ന്യായീകരണം തേടാനും അടച്ചമർത്തലിലൂടെ അത് ഉറപ്പിക്കാനും ഹിറ്റ്ലർ കണ്ടെത്തിയ വഴിയായിരുന്നു തീയിടൽ സംഭവം. ന്യൂറംബർഗ് വിചാരണയിൽ നാസി കൊടുംകുറ്റവാളികൾ തുറന്നുപറയും വരെ റീഷ്താഗ് പ്രശ്നം കമ്യൂണിസ്റ്റ് അട്ടിമറിയായി പരിചരിക്കപ്പെട്ടു. പോളണ്ടുകാരനായ ഫാർ ഡെയർ ലുബ്ബെയെ കരുവാക്കിയായിരുന്നു തീക്കളി. ദേശരക്ഷ അപകടത്തിലായെന്ന് പ്രചരിപ്പിച്ച് ഫെബ്രുവരി 28 ന് അടിയന്തരാവസ്ഥ പ്രഖ്യാപിച്ചു.

ചരിത്രം ചിലപ്പോഴെങ്കിലും മധുരമായ പ്രതികാരങ്ങൾ കരുതിവെക്കാറുണ്ടെന്നത് തെളിയിക്കുകയായിരുന്നു 1945 മെയ് 13. രണ്ടാം ലോകയുദ്ധത്തിന്റെ അവസാനവും ഫാസിസ്റ്റ് പരാജയത്തിന്റെ വിളംബരവുമായി സോവിയറ്റ് ചെമ്പട റീഷ്താഗിലേക്ക് ഇരച്ചുകയറി, അരിവാൾ ചുറ്റിക ആലേഖനം ചെയ്ത കൂറ്റൻ ചെങ്കൊടി അതിനുമേലെ ഉയർത്തുകയായിരുന്നു. അലക്സി കൊവാല്യോവ്, അബ്ദുൾ ഖക്കീം ഇസ്മയിലോവ്,

റീഷ്താഗിനു മുകളിൽ ചെങ്കൊടി ഉയർത്തിയപ്പോൾ

ലിയോനിഡ് ഗോറിച്ചേവ് എന്നീ യുവാക്കളുടെ നേതൃത്വത്തിൽ. പിന്നെ ഡോക്യുമെന്ററികളിലും സിനിമകളിലും പുസ്തകങ്ങളിലും ചുവരെഴുത്തുകളിലും പലവട്ടം കണ്ട ആ ഫോട്ടോ എടുത്തതാകട്ടെ യെവ്ജെനി ഖൽദേയി.

ജനകീയ സൈന്യത്തിന്റെ ഫോട്ടോഗ്രാഫർ എന്ന നിലയിലാണ് ഖൽദേയി നാസി ജർമ്മനിയിലെത്തുന്നത്. സോവിയറ്റ് വിപ്ലവവിജയ വർഷ (1917)ത്തിൽ ജനിച്ച അദ്ദേഹത്തിന് കുട്ടിക്കാലത്തേ ഫോട്ടോഗ്രാഫി ഒരു ഭ്രമമായിരുന്നു. മുത്തശ്ശിയുടെ പഴയ കണ്ണടച്ചില്ലുകൾകൊണ്ട് ക്യാമറയുടെ ചെറുരൂപമുണ്ടാക്കിയായിരുന്നു തുടക്കം. പത്തൊൻപതാം വയസ്സിൽ *ടാസ്സ്* വാർത്താ ഏജൻസിയിൽ ചേർന്നു. റീഷ്താഗിനുമേൽ ഉയർത്താനുള്ള ചെമ്പതാകയുണ്ടാക്കാൻ അമ്മാമനോട് ആവശ്യപ്പെട്ടാണ് ഖൽദേയി ജർമ്മനിയിലേക്ക് പുറപ്പെട്ടത്. മൂന്ന് മേശവിരി ഉപയോഗിച്ചായിരുന്നു വലുപ്പമുണ്ടാക്കിയതും. ജോ റോസെന്തലിന്റെ ഇവോ ജിമ പതാകയുടെ മാതൃകയിലാവണം പുതിയതെന്നും ഖൽദേയി അമ്മാമനോട് പറഞ്ഞിരുന്നു. അത് മറ്റൊരു ഫോട്ടോഗ്രാഫി ചരിത്രം.

യുദ്ധ ഫോട്ടോകളിൽ ഏറ്റവും മികച്ചതാണ് ജോയുടെ ഇവോ ജിമ യുദ്ധവിജയ ചിത്രം. 1945 ഫെബ്രുവരി 19 മുതൽ മാർച്ച് 26 വരെ നടന്ന ഏറ്റുമുട്ടലിനൊടുവിൽ ജപ്പാൻ സാമ്രാജ്യത്തിൽനിന്ന് അമേരിക്ക ഇവോ ജിമ പിടിച്ചടക്കുകയായിരുന്നു. അന്ന് ഉയർത്തിയ കൊടി പകർത്തിയാണ് ജോ ശ്രദ്ധേയനായത്. കാഴ്ചക്കുറവ് ചൂണ്ടി അമേരിക്കൻ സൈനിക

ഫോട്ടോ യൂണിറ്റിലേക്ക് പ്രവേശനം ലഭിക്കാതിരുന്നിട്ടും ആ യുവാവ് നിരാശനായില്ല. വാർത്താ ഏജൻസിയായ അസോസിയേറ്റ് പ്രസിൽ ചേർന്ന് നാവികസേനയെ അനുഗമിച്ചു.

യുദ്ധവിജയത്തിനുശേഷം ഇവോ ജിമയിലുയർന്ന പതാക ലോകത്തിന്റെ കാഴ്ചയിൽ ഇറക്കിവെച്ച ജോക്ക് 1945 ൽ പുലിറ്റ്സർ സമ്മാനം ലഭിച്ചു. ചരിത്രത്തിലെ തുഷാരബിന്ദുപോലുള്ള മിന്നൽ എന്നാണ് പുരസ്കാര നിർണ്ണയ സമിതി ആ ഫോട്ടോയെ വിലയിരുത്തിയത്. അത് പിന്നീട് ഒട്ടേറെയിടങ്ങളിൽ സ്മാരകംപോലെ പരിഗണിക്കപ്പെട്ടു. തെക്കൻ കരോലിനയിലെ നാവികസേനാ സ്തൂപത്തിന് ആകർഷണത്വമേകാൻ കലാകാരന്മാർ ഉപയോഗിക്കുകയുമുണ്ടായി. 2006 ൽ പുറത്തിറങ്ങിയ ഹോളിവുഡ് സിനിമ *ഫ്ളാഗ്സ് ഓഫ് അവർ ഫാദേഴ്സിൽ* കഥകൾക്ക് ജീവൻവെച്ചു. പതാക ഉയർത്തിയവരെക്കുറിച്ചുള്ള ആ ചലച്ചിത്രം സംവിധാനം ചെയ്തതാകട്ടെ ക്ലിന്റ് ഈസ്റ്റ്വുഡും. ജോ റോസെന്തലിന്റെ വേഷമിട്ടത് പ്രശസ്ത നടൻ നെഡ് എയ്സൺ ബർഗ്. ദേശീയ വികാരമായി മാറിയ ഫോട്ടോ യുദ്ധ കടപത്ര സമാഹരണത്തിനും ഉപയോഗിക്കപ്പെട്ടു. 2630 കോടി ഡോളർ ഒഴുകിയെത്തുന്നത്ര ശക്തമായിരുന്നു അതോടുള്ള ആരാധന. സാൻ ഫ്രാൻസിസ്കോ ക്രോണിക്കിളിലെ 35 വർഷത്തെ സേവനത്തിനുശേഷം 1981 ൽ വിരമിച്ചിട്ടും ജോ ഫോട്ടോഗ്രാഫിയുടെ രംഗത്തുനിന്ന് വിടവാങ്ങിയില്ല.

ജോ റോസെന്തലിന്റെ സമർപ്പണം ആശയപരമായും പ്രായോഗികമായും സ്വാംശീകരിക്കുകയായിരുന്നു യെവ്ജെനി ഖൽദേയി. ന്യൂറംബർഗ് വിചാരണയ്ക്കിടെ അദ്ദേഹമെടുത്ത നാസിയുദ്ധക്കുറ്റവാളികളുടെ ഫോട്ടോ മനുഷ്യവിരുദ്ധതയും ക്രൂരതയും മുഖമുദ്രയായ കുറേ അധികാരഭ്രാന്തന്മാരെ തുറന്നുകാട്ടി. അന്താരാഷ്ട്ര സൈനിക ട്രിബ്യൂണലിന്റെ വിചാരണവേള ഫോട്ടോ ജേണലിസ്റ്റുകളെ സംബന്ധിച്ച് പലതുകൊണ്ടും ഏറെ ദുഷ്കരമായിരുന്നു. പ്രവേശനത്തിനുള്ള കടുത്ത നിബന്ധനയായിരുന്നു പ്രധാന തടസ്സം. നല്ല ഇരിപ്പിടത്തിലിരുന്ന് ഫോട്ടോയെടുക്കാനുള്ള അനുവാദത്തിനായി കോടതി ശിപായിയെ പാട്ടിലാക്കി ഖൽദേയി. ജഡ്ജിക്ക് വിലകൂടിയ മദ്യം എത്തിച്ചിട്ടായിരുന്നു സംഗതി ഒപ്പിച്ചത്. തുടർന്നാണ് ഹെർമൻ ഗോറിങ്ങിന്റെ രസകരമായ ചിത്രങ്ങൾ തരപ്പെടുത്തിയതും. ഹിറ്റ്ലറെപ്പോലെ ലോകം അവജ്ഞയോടെ കണ്ടയാളായിരുന്നു ഗോറിങ്. ഖൽദേയിയെ കോടതി മുറിയിൽക്കണ്ട ആ ഹിറ്റ്ലർ രണ്ടാമൻ ക്ഷുഭിതനായി. വികാരംകൊള്ളാതെ അദ്ദേഹം തിരിച്ചടിച്ചു. "ഹിറ്റ്ലർ മരിച്ചിരിക്കുന്നു. അതിനാൽ ഗോറിങ് ഒന്നാം നമ്പർ പൊതുജന ശത്രുവാണ്. അയാളുടെ അടുത്തെത്താൻ ഞാൻ സഹിച്ച വിഷമതകൾ ഏറെ" എന്നിങ്ങനെയായിരുന്നു ഖൽദേയിയുടെ വാക്കുകൾ. തുടർന്ന് അമേരിക്കൽ പാർലമെന്റംഗത്തോട് ക്യാമറ മറഞ്ഞുനില്ക്കാൻ ഗോറിങ് അഭ്യർത്ഥിക്കുകയുണ്ടായി. അപ്പോഴേക്കും കുറെ ചിത്രങ്ങൾ ആ സാഹസികൻ വീണ്ടും ഒപ്പിയെടുത്തിരുന്നു. 1941 ൽ നാസികൾ അമ്മയൊഴികെയുള്ള

യെവ്ജെനി ഖൽദേയി

ഖൽദേയിയുടെ കുടുംബത്തെ കൂട്ടക്കശാപ്പ് ചെയ്യുകയുണ്ടായി. ഗോറിങ്ങിന്റെയും മറ്റും ഗൂഢാലോചനയായിരുന്നു പിന്നിൽ. കുപ്രസിദ്ധ നാസിനേതാവും ഒന്നാം ലോകയുദ്ധത്തിലെ വൈമാനികനും കമാൻഡറുമൊക്കയായ അയാൾക്ക് 1923 ലെ ബീർഹാൾ അട്ടിമറിശ്രമത്തിൽ ഹിറ്റ്ലർക്കൊപ്പം പരുക്കേറ്റിരുന്നു. 1933 ൽ നാസി രഹസ്യാന്വേഷണ വിഭാഗമായ ഗെസ്റ്റപ്പോ സ്ഥാപിച്ചതും ഗോറിങ്. 1940 ൽ അധികാരത്തിന്റെ ഏറ്റവും ഉയർന്ന ശ്രേണിയിലെത്തിച്ച ഹിറ്റ്ലർ ഒരു വർഷത്തിനുശേഷം തന്റെ പിൻഗാമിയായും പ്രഖ്യാപിച്ചു. ന്യൂറംബർഗ് വിചാരണയ്ക്കൊടുവിൽ ഗോറിങ്ങിനെ തൂക്കിക്കൊല്ലാൻ വിധിക്കുകയുണ്ടായി. ശിക്ഷയ്ക്ക് ഒരു ദിവസം മുമ്പ് സയനൈഡ് കുത്തിവെച്ച് ആത്മഹത്യ ചെയ്യുകയായിരുന്നു അയാൾ.

അങ്ങനെ ഖൽദേയി ഒരു കാലഘട്ടത്തിന്റെ മുറിവുകളും അതിന്റെ പ്രതികാരങ്ങളും എന്നേക്കുമായി കരുതിവെക്കുകയായിരുന്നു. പാശ്ചാത്യ രാജ്യങ്ങളിൽ 1990 കളിൽ നടത്തിയ പ്രദർശനങ്ങളിലൂടെ അദ്ദേഹം ലോകപ്രശസ്തനായി. 1984 ൽ മികച്ച ഫോട്ടോകളുടെ സമാഹാരമായി *ഫ്രം മുർമൻസ്ക് ടു ബെർലിൻ* പുസ്തകവുമിറങ്ങിയിരുന്നു. *പ്രാവ്ദ*യിൽ തുടർച്ചയായി വന്ന നിത്യജീവിത പരമ്പര അദ്ദേഹത്തെ ജനപ്രിയനുമാക്കി. റീഷ്താഗ് ഫോട്ടോ ആദ്യമായി പ്രസിദ്ധീകരിച്ചുവന്നത് *ഒഗോന്യോക് മാഗസി*നിലായിരുന്നു. ചരിത്രവും ഹാസ്യാത്മകതയും കൈകോർത്തു നില്ക്കുന്നതുപോലെയാണ് ഖൽദേയിയുടെ ഭാവന എന്ന വിലയിരുത്തൽ ശക്തമാണ്.

റീഷ്താഗ് ചിത്രത്തിനു പിന്നിലെ ഫോട്ടോഗ്രാഫറെക്കുറിച്ച് വ്യക്തമായ ധാരണയുണ്ടായെങ്കിലും ചെങ്കൊടി വാനിലുയർത്തിയ യുവാക്കൾ ഏറെക്കാലം അജ്ഞാതരായി തുടർന്നു. അതിലെ മൂവരിൽ പ്രധാനിയായ അബ്ദുൾ ഹക്കീം ഇസ്മയിലോവാണ് 1996 ൽ തന്നെയും കൂട്ടുകാരെയും തിരിച്ചറിഞ്ഞത്. തികച്ചും യാദൃച്ഛികമായിരുന്നു ആ കണ്ടെത്തൽ. തുടർന്ന് അദ്ദേഹത്തിന് ഹീറോ ഓഫ് റഷ്യ മെഡൽ നല്കി ആദരിച്ചു സർക്കാർ. രണ്ടാം ലോകയുദ്ധത്തിനിടെ അഞ്ചുവട്ടം മുറിവേറ്റ ഇസ്മയിലോവിന് ആ ഫോട്ടോ സാന്ത്വനവും സന്തോഷവുമായിരുന്നിരിക്കണം.

മറക്കില്ല ഈ ബാലികയെ

അമേരിക്കൻ ധാർഷ്ട്യത്തെ കരളുറപ്പ് മാത്രം ആയുധമാക്കി തോല്പിച്ച് നാണംകെടുത്തിയവരാണ് വിയത്നാം ജനത. 536100 സൈനികരെ വിന്യസിച്ച് ഓറഞ്ച് വാതകം വിതറിയും നാപാം ബോംബുകൾ വർഷിച്ചും ഒരു രാജ്യത്തെ ശവപ്പറമ്പാക്കുകയായിരുന്നു ലോക പൊലീസുകാരൻ. ഇരുഭാഗങ്ങളിലുമായി അരക്കോടി മനുഷ്യരെ ശവങ്ങളാക്കിയ യു എസ് കടന്നാക്രമണത്തിനെതിരെ സ്വന്തം മണ്ണിൽനിന്നുയർന്ന വിമർശനങ്ങളും പ്രതിഷേധങ്ങളും ആവേശകരമായിരുന്നു. 1964 ൽ ആരംഭിച്ച പരസ്യ പ്രകടനങ്ങളിൽ സാധാരണ തൊഴിലാളികൾക്കൊപ്പം വിദ്യാർത്ഥികളും ബുദ്ധിജീവികളും സാഹിത്യകാരന്മാരും കായികതാരങ്ങളും ബിഷപ്പുമാരും ശാസ്ത്രജ്ഞരും മറ്റും അണിനിരക്കുകയുണ്ടായി. ലോക ബോക്സിങ് ചാമ്പ്യൻ മുഹമ്മദലി, മാർട്ടിൻ ലൂഥർകിങ്, ബർട്രൻഡ് റസ്സൽ, പീറ്റർ സോൾ, റോബർട് ലോവെൽ, ഡേവിഡ് റിൻഗോ തുടങ്ങിയ പ്രതിഭകളുടെ സാന്നിദ്ധ്യം എടുത്തുപറയേണ്ടതുണ്ട്. സംഗീതത്തിന്റെ മേഖലയിൽനിന്ന് ഉയർന്ന വിമർശനങ്ങൾക്ക് നല്ല സ്വരശുദ്ധിയുണ്ടായിരുന്നു. രാജ്യത്തെ സ്നേഹിക്കാം ഗവൺമെന്റിനെ വെറുക്കണം, ലാഭത്തിനുവേണ്ടി കുട്ടികളെ കുരുതി കഴിക്കരുത്, എൻഡ് ദി ന്യൂക്ലിയർ റെയ്സ് നോട്ട് ദി ഹുമൺ റെയ്സ് തുടങ്ങിയ മുദ്രാവാക്യങ്ങൾ എങ്ങും മുഴങ്ങി. അമേരിക്കൻ കാടത്തങ്ങൾക്കെതിരെ അതിശക്തമായ പരിസ്ഥിതി വിമർശനവുമുണ്ടായി.

മൂന്നുപതിറ്റാണ്ടായി പലമട്ടിൽ തുടർന്ന വിയത്നാം പ്രതിസന്ധി പരിസ്ഥിതിക്ക് മാരകമായ പ്രഹരമാണേല്പിച്ചത്. പോരാളികൾ ഒളിച്ചി

വിയത്നാം പെൺകുട്ടി: നിക് ഉതിന്റെ ഫോട്ടോ

നിക് ഉത്

രിക്കുന്നുവെന്ന ധാരണയിൽ നടത്തിയ ലായനി പ്രയോഗം 14 ശതമാനം കാട് വെളുപ്പിച്ചെടുത്തു. 15000 ചതുരശ്ര കിലോമീറ്റർ ഭൂമി ഉപയോഗശൂന്യമായി. 13000 കന്നുകാലികൾ ചത്തുവീണു. 7.2 കോടി ലിറ്റർ രാസവിഷം തൂകിയതിനാൽ ജീവൻ നഷ്ടപ്പെട്ട മറ്റ് മൃഗങ്ങളും പക്ഷികളും അതിലും എത്രയോ മടങ്ങ്. ഏജന്റ് ഓറഞ്ച് പ്രയോഗം അഞ്ച് ലക്ഷം ഗർഭസ്ഥ ശിശുക്കൾക്ക് അംഗവൈകല്യം വരുത്തി. പൊട്ടാത്ത 60 ലക്ഷം ബോംബുകൾ വിയത്നാമിന്റെ കാർഷികമേഖലയെ ഇപ്പോഴും വലയ്ക്കുന്നു.

ഇങ്ങനെ ഞെട്ടിപ്പിക്കുന്ന ബാക്കിപത്രവുമായി അവസാനിച്ച വിയത്നാമിനെതിരായ അമേരിക്കൻ ക്രൂരത തെളിയിക്കാൻ ഒരൊറ്റ ഫോട്ടോ മതിയാകും. 1972 ജൂൺ എട്ടിന് യു എസ് പിന്തുണയോടെ തെക്കൻ വിയത്നാം സേന നടത്തിയ നാപാം ബോംബാക്രമണത്തെ തുടർന്ന് ഭയചകിതയായി ഓടുന്ന ഒമ്പതുകാരിയുടെ ചിത്രം. ത്രാൻഗ് ബാൻഗ് പ്രദേശത്തായിരുന്നു സംഭവം. സൈനികരുടെ പാശ്ചത്താലത്തിൽ ജീവിതത്തിലേക്ക് ഓടിക്കയറാൻ കൊതിക്കുന്ന ഫാൻ തി കിം ഫുക് എന്ന പെൺകുട്ടിയുടെ ഫോട്ടോ പകർത്തിയതാകട്ടെ അസോസിയേറ്റ് പ്രസ് ഫോട്ടോഗ്രാഫർ നിക് ഉതും.

കിം ഫുകും കുടുംബവും താമസിച്ച ത്രാൻഗ് ബാൻഗ് ഗ്രാമത്തിൽ ബോംബാക്രമണമുണ്ടായപ്പോൾ രക്ഷപ്പെടാൻ ശ്രമിച്ച സൈനികർക്കൊപ്പം അവർ ചേർന്നു. എന്നിട്ടും രണ്ട് ബന്ധുക്കളും രണ്ട് ഗ്രാമീണരും മരിച്ചുവീണു. ആ ശവങ്ങൾ നോക്കുകപോലും ചെയ്യാതെയായിരുന്നു മറ്റുള്ളവരുടെ ധൃതി. കാരണം കിം ഫുകിന് ഗുരുതരമായി പരിക്കേറ്റിരുന്നു. ഈ ഫോട്ടോയെടുത്ത നിക് ഉത് സമയം പാഴാക്കാതെ സൈഗണിലെ ആശുപത്രിയിലേക്ക് കുതിച്ചു. ജീവിച്ചിരിക്കുമെന്ന പ്രതീക്ഷ നല്കാത്തത്ര മാരകമായിരുന്നു കുട്ടിയുടെ പൊള്ളൽ. ഒന്നേകാൽ വർഷത്തെ ആശുപത്രി വാസത്തിനിടെ ചെറുതും വലുതുമായ 17 സർജറികൾ. *ന്യൂയോർക്ക് ടൈംസി*ന്റെ ഒന്നാം പുറത്തിൽ വന്ന കിം ഫുകിന്റെ ഫോട്ടോയ്ക്ക് ഒട്ടേറെ പുരസ്കാരങ്ങൾ ലഭിച്ചു. പുലിസ്റ്റർ സമ്മാനമായിരുന്നു ആദ്യത്തേത്. 1972 ൽ മികച്ച ലോകഫോട്ടോ എന്ന പെരുമയും നേടി. അതൊരു ഫോട്ടോ മാത്രമല്ല, വിയത്നാം യുദ്ധത്തിന്റെ ഹൃദയചിത്രമാണ് എന്നാണ് പലരും അഭിപ്രായപ്പെട്ടത്. 'അത് ഞങ്ങൾ രണ്ടുപേരുടെയും ജീവിതം മാറ്റിമറിച്ചു' വെന്ന കിം ഫുകിന്റെ പ്രതികരണത്തിനും ഏറെ അർത്ഥങ്ങളുണ്ട്.

യുദ്ധമോഹത്തിനെതിരായ ഓർമ്മപ്പെടുത്തലിന്റെയും ജാഗ്രതയുടെയും ചിഹ്നമായി വിയത്നാം സർക്കാർ ഉപയോഗിച്ചത് കിം ഫുകിന്റെ ഫോട്ടോയായിരുന്നു. 1986 ൽ അവളെ വൈദ്യശാസ്ത്ര പഠനത്തിനായി ക്യൂബയിലയച്ചു. യുദ്ധത്തിന്റെ ഇരകളായ കുട്ടികളുടെ പുനരധിവാ

സത്തിൽ ഊന്നുന്നതിന് 1997 ൽ ആരംഭിച്ച കിം ഫുക് ഫൗണ്ടേഷൻ അവരുടെ മനോഭാവം വ്യക്തമാക്കുന്നു. ഇറാഖിലെ യുഎസ് റോക്കറ്റ് ആക്രണമത്തിൽ മാരകമായി പരിക്കേറ്റ അലി അബ്ബാസ് എന്ന കുട്ടിക്ക് കാനഡയിൽ വൈദ്യസഹായം ലഭ്യമാക്കുകയുണ്ടായി. 2003 ലെ ആ ക്രൂരത അവന്റെ രണ്ട് കൈയും കൃത്യമായി മുറിച്ചെടുത്തപോലെയായിരുന്നു.

"ക്ഷമിക്കാനുള്ള സന്നദ്ധതയാണ് എന്നെ വെറുപ്പിൽനിന്നും മോചിപ്പിച്ചത്. ശരീരത്തിൽ ഇപ്പോഴും കുറെ പാടുകൾ ഉണ്ട്. മിക്ക ദിവസങ്ങളിലും കഠിന വേദന അലട്ടുന്നു. എന്നാൽ ഹൃദയം ശുദ്ധമാണ്; അതിലുപരി അതിശക്തവും. യഥാർത്ഥ സ്നേഹത്തോടും പ്രതീക്ഷയോടും ക്ഷമയോടും ജീവിക്കാൻ പഠിച്ചാൽ യുദ്ധമുണ്ടാകില്ല. ആ ചിത്രത്തിലെ കൊച്ചുപെണ്ണിനും അത് സാദ്ധ്യമാകുമെങ്കിൽ നിങ്ങൾക്കുമാവില്ലേ"– എന്ന ചോദ്യം ഹൃദയങ്ങൾ കീഴടക്കുന്നതാണ്.

പിന്നീട് ഡോക്യുമെന്ററികളിലും സിനിമകളിലും ടെലിവിഷൻ പരിപാടികളിലും നിറഞ്ഞ കിം ഫുക് 1992 ൽ ബൂയി ഹുയി തോനെ വിവാഹം കഴിച്ചു. വിദ്യാർത്ഥികാലത്ത് തുടങ്ങിയ പ്രണയ സാഫല്യം. ഡെനിസ് ചോങ് എഴുതിയ ജീവചരിത്രം *ദി ഗേൾ ഇൻ ദി പിക്ചർ* 1999 ൽ പുറത്തിറങ്ങിയത് കിം ഫുകിന് ഏറെ ആരാധകരെ നേടിക്കൊടുത്തു. അവളിലൂടെ യുദ്ധം, വംശീയത, കുടിയേറ്റം, അടിച്ചമർത്തൽ, ദാരിദ്ര്യം തുടങ്ങിയവയിലെല്ലാം ഊന്നുകയായിരുന്നു ചോങ്.

വിയത്നാമിലെ ലോങ് ആനിലായിരുന്നു നിക് ഉതിന്റെ ജനനം. പതിനാറാം വയസ്സിൽ അസോസിയേറ്റ് പ്രസിനുവേണ്ടി ഫോട്ടോയെടുത്തു തുടങ്ങി. സഹോദരൻ ഹുയ്ൻ താൻ മൈ യുദ്ധത്തിൽ കൊല്ലപ്പെട്ട ശേഷമായിരുന്നു അത്. ഉതിനാകട്ടെ മൂന്നുവട്ടം പരിക്കേല്ക്കുകയുണ്ടായി. ടോക്യോ, ദക്ഷിണകൊറിയ, വിയത്നാം – തുടങ്ങിയ രാജ്യങ്ങളിലെല്ലാം പ്രവർത്തിച്ചു. കരഞ്ഞുകൊണ്ടിരിക്കുന്ന നടി പാരീസ് ഹിൽട്ടന്റെ ഫോട്ടോ കരിയറിലെ മറ്റൊരു മികച്ച സംഭാവനയാണ്. 2007 ജൂൺ എട്ടിന് ലോസ്ഏഞ്ചൽസ് കൗണ്ടിയിലെ ഷെറീഫിന്റെ കാറിലിരിക്കുന്നതായിരുന്നു സന്ദർഭം. ഇത് കാൾ ലാർസെന്റെ ക്യാമറയിലും പതിഞ്ഞെങ്കിലും നിക് ഉതിന്റേതാണ് പ്രശസ്തമായത്.

കിം ഫുകിന്റെ ഫോട്ടോ പ്രസിദ്ധീകരിക്കാൻ അസോസിയേറ്റ് പ്രസ് എഡിറ്റർക്ക് ആദ്യം ശങ്കയുണ്ടായിരുന്നു. തുറന്ന നഗ്നതയുമായി പെൺകുട്ടി എന്ന മനോഭാവമായിരുന്നു അദ്ദേഹത്തിന്. ഒടുവിൽ ന്യൂയോർക്ക് ആസ്ഥാനത്ത് ബന്ധപ്പെട്ടാണ് അത് നല്കിയത്. ഫോട്ടോ എഡിറ്റർ ഹാൾ ബ്യുയലിന്റെ വിശദീകരണമുണ്ടായി. അവളുടെ മാത്രം ക്ലോസ്അപ്പ് ചിത്രം ഉപയോഗിക്കരുത് എന്നായിരുന്നു നിർദ്ദേശം. ധാർമ്മിക ചിന്തയേക്കാൾ വാർത്താമൂല്യത്തിന് വഴങ്ങുകയാണെന്നും അദ്ദേഹം അറിയിച്ചു.

തന്റെ ജീവൻ രക്ഷിക്കുകയും ലോക പരിഗണനയിലേക്ക് കൈപിടിക്കുകയും ചെയ്ത നിക് ഉതിനെ പിതാവിനെപ്പോലെയാണ് കിം ഫുക് പിന്നീട് കണ്ടത്. മകളോടെന്നവണ്ണം അദ്ദേഹം സ്നേഹം കൈമാറുകയും ചെയ്തു. ആശുപത്രിമുറിയിലെ നിത്യസന്ദർശകനായിരുന്ന ഉത് ആ ബന്ധം പതിറ്റാണ്ടുകൾ നിലനിർത്തി. 2000 ജൂൺ 27 ന് ലണ്ടൻ സയൻസ് മ്യൂസിയത്തിന്റെ പുതിയ വിഭാഗം തുറന്നപ്പോൾ എലിസബത്ത് രാജ്ഞിക്കൊപ്പം ഇരുവരും അതിഥികളായിരുന്നു. കിം ഫുകിനെ ചികിത്സിച്ച ഡോക്ടർമാരോടുള്ള ബന്ധവും വൈകാരികം തന്നെ. അവരിൽ പലരെയും അവളും ഉതും ഇടയ്ക്കിടെ കാണും. കാലിഫോർണിയയിലെ ബ്യൂണാ പാർക്കിൽ ഇരുവരും ഡോ. മൈലിയുമൊത്തുള്ള സമാഗമം ഹൃദ്യമായിരുന്നു.

ബംഗാൾ ക്ഷാമം

സാറിസ്റ്റ് റഷ്യയിൽ ജീവൻ നിലനിർത്താൻ പോലുമുള്ള ഭക്ഷണം അന്യമായപ്പോൾ ജനങ്ങൾ തെരുവിലിറങ്ങിയിരുന്നു. 'ഞങ്ങൾക്ക് റൊട്ടി വേണം' എന്ന വളരെ ചെറിയ മുദ്രാവാക്യമുയർത്തിയായിരുന്നു പ്രതിഷേധം. കൊട്ടാരത്തിന്റെ മട്ടുപ്പാവിൽ സുഖലോലുപതയിൽ മുങ്ങിക്കുളിച്ചുനിന്ന സാറിന ക്രൂരമായ പരിഹാരമുയർത്തിയായിരുന്നു കിളിവാതിലൂടെ ജനക്കൂട്ടത്തെ നോക്കിയിരുന്നത്. റൊട്ടിയില്ലെങ്കിൽ കേക്ക് തിന്നുകൂടെ എന്നായിരുന്നു ചക്രവർത്തിനിയുടെ ധിക്കാരം. ശ്വാസം നിലയ്ക്കും മട്ടിൽ ബംഗാളിനെ കൊത്തിവലിച്ച നാല്പതുകളിലെ ക്ഷാമം. മരണം നഗ്നനൃത്തം ചവിട്ടിയപ്പോൾ ഡൽഹിയിൽനിന്ന് വിൻസ്റ്റൺ ചർച്ചിലിന് കമ്പി സന്ദേശംപോയി. ഭൂരിപക്ഷമാളുകളും മരണത്തിലേക്ക് കാൽനീട്ടി ശവങ്ങൾപോലെ കിടക്കുകയാണെന്ന അറിയിപ്പിനോട് ചർച്ചിൽ പ്രതികരിച്ചത് സാറിനയെയും പിന്നിലാക്കും വിധമായിരുന്നു. അങ്ങനെയെങ്കിൽ ഗാന്ധിജി ഇതുവരെ എന്തുകൊണ്ട് മരിച്ചില്ല എന്ന മറുചോദ്യം അവിടെ നിന്നില്ല. യുദ്ധ ക്യാബിനറ്റിൽ അതിന്റെ തുടർച്ചയുണ്ടായി. നാൽക്കാലി മൃഗങ്ങളുടെ മനുഷ്യരൂപങ്ങൾ. അവരുടെ മതവും അതുതന്നെ. ക്ഷാമത്തിന് ഇക്കൂട്ടർ മാത്രമാണ് കാരണം. മുയലുകളെപ്പോലെ പ്രസവിച്ചുകൂട്ടുകയാണവർ എന്നും കൂട്ടിച്ചേർത്തു.

അവിഭക്ത ബംഗാളിൽ ഒരിക്കലും ഓർക്കാൻ ഇഷ്ടമില്ലാത്ത വർഷമായിരുന്നു 1943. ബംഗ്ലാദേശ് ഉൾപ്പെടെയുള്ള അവിടെ ക്ഷാമം 25 ലക്ഷം മനുഷ്യജീവിതങ്ങളാണ് കവർന്നെടുത്തത്. ഭക്ഷ്യവസ്തുക്കളുടെ ഇല്ലായ്മയായിരുന്നില്ല കാരണം. യുദ്ധകാലക്ഷാമം എന്ന മനുഷ്യനിർമ്മിത ദുരന്തം. 1942 മാർച്ചിൽ റങ്കൂൺ ജപ്പാന്റെ കാൽക്കീഴിലായി. ഇതോടെ ബർമീസ് അരിയുടെ വരവ് നിലച്ചു. കൽക്കത്ത ഉൾപ്പെടെയുള്ള

ബംഗാൾ ക്ഷാമത്തിന്റെ അസ്ഥികൂടം

നഗരങ്ങളിലെ ബോംബാക്രമണം. പട്ടിണിക്കാരായ അതിദരിദ്രരുടെ പൊട്ടിയ കലങ്ങളിൽ കൈയിട്ടുവാരി ഭക്ഷണം ബ്രിട്ടീഷ് സൈനികർക്ക് നല്കാൻ ചർച്ചിൽ ഉത്തരവിട്ടു. അതിനുമുമ്പും പട്ടാളത്തിന് ആവശ്യമായതിലുമധികം അനുവദിച്ചിരുന്നു. ഗ്രീസും യുഗോസ്ലാവിയയുമുൾപ്പെടെ യൂറോപ്പിലേക്കും ഇവിടുന്ന് ധാന്യങ്ങൾ കടത്തി. ഇന്ത്യൻ കപ്പലുകളിൽ ഭക്ഷണം ഇറക്കുമതിചെയ്യാനുള്ള അനുമതി ലഭിച്ചില്ല. പിന്നെ സിലോണിലേക്കും ധാന്യങ്ങൾ എത്തിച്ചു. പ്രതികാര മനോഭാവവും ദുർവ്വാശിയും നിറഞ്ഞ നടപടികളായിരുന്നു ബ്രിട്ടനിൽനിന്നുണ്ടായത്.

ഇതിന്റെ ഫലമാകട്ടെ ചരിത്രം ഞെട്ടിയ ക്ഷാമത്തിനും പട്ടിണി മരണത്തിനും ബംഗാൾ സാക്ഷിയായി. ജനങ്ങൾ നരകിക്കുമ്പോഴും അരി നശിപ്പിച്ചുകളഞ്ഞ അനുഭവങ്ങൾ പോലുമുണ്ടായിരുന്നു. തുടർന്ന് ചെറിയ കളവുകളും കുറ്റകൃത്യങ്ങളുമുണ്ടാവുക സ്വാഭാവികം. മെലിഞ്ഞു ദ്രവിച്ച നാടിന്റെ നേർക്കാഴ്ച പല ഫോട്ടോഗ്രാഫർമാരും തേടിയലഞ്ഞു. എന്നാൽ വിദേശിയായ വില്യം വാൻഡിവെർട് ബംഗാളിന്റെ മുറിവിൽനിന്ന് മറ്റൊരു മനുഷ്യാവസ്ഥ വരച്ചുവെക്കുകയായിരുന്നു. പട്ടിണി മരണശിക്ഷ വിധിച്ച മനുഷ്യരുടെ ശവങ്ങൾ കുറുക്കനും പരുന്തും കൊത്തിക്കീറി സദ്യയാക്കുന്നതിന്റെ കുറേ ദൃശ്യങ്ങൾ ആരെയും ഉലയ്ക്കും.

ബെലോയ്റ്റ് കോളേജിൽ 1930 ൽ രസതന്ത്ര പഠനത്തിന് ചേർന്നെങ്കിലും തുടർച്ചയുണ്ടായില്ല. മൂന്നു വർഷത്തിനുശേഷം ചിക്കാഗോ ആർട് ഇൻസ്റ്റിറ്റ്യൂട്ടിൽ ചേർന്ന് അഭിരുചിയുടെ വഴിയിലെത്തി. 1935 ൽ ആദ്യ ഫോട്ടോകൾ. ചിക്കാഗോയിലെ *ഹെറാൾഡ് എക്സാമിനർ* പത്രത്തിൽ ഔദ്യോഗിക ജീവിതം. പിന്നെ *ലൈഫ്* മാഗസിനുവേണ്ടി പ്രവർത്തിച്ചു. രണ്ടാം ലോക യുദ്ധവേളയിൽ യൂറോപ്പ് മുഴുവൻ പര്യടനം നടത്തി. അതിനുശേഷം ഇന്ത്യയിലേക്കും.

ബംഗാൾ ക്ഷാമം വിതറിയ നാശങ്ങളും മനുഷ്യനഷ്ടങ്ങളും തേടി അക്ഷരാർത്ഥത്തിൽ അലയുകയായിരുന്നു വാൻഡി വെർട്. ദില്ലി, കശ്മീർ ദൃശ്യങ്ങളും ചേർത്തുവെച്ചു. കൃത്രിമ ക്ഷാമത്തിന്റെ ശ്വാസംമുട്ടലിൽ അവസാനിച്ച മനുഷ്യരുടെ വിവിധ ഭാവങ്ങൾ നോവൽപോലെ അനുഭവിപ്പിക്കുന്നതാണ്. ചപ്പിയിട്ട മീൻമുള്ളുപോലെ അസ്ഥിപഞ്ജരങ്ങൾ വയലുകളിലും തെരുവുകളിലും പേടിപ്പെടുത്തുംവിധമാണ് അവശേഷിച്ചത്. ധാന്യവാഗണുകൾക്ക് തുളയുണ്ടാക്കാൻ കുട്ടികൾ നടത്തുന്ന വിഫലശ്രമം. ലോറികളിലെ ചാക്കിൻ ഓട്ടയിൽനിന്ന് എപ്പോഴെങ്കിലും തെറിച്ചുവീഴുന്ന ധാന്യമണികൾക്കായി പക്ഷികളെപ്പോലെ കാത്തിരിക്കുന്ന സ്ത്രീകൾ. ഭക്ഷ്യവിതരണ കേന്ദ്രത്തിൽ തേനീച്ചകൾ കണക്കെ തിക്കിക്കൂടുന്നവർ. മരിച്ച ചിലരുടെ ജഡങ്ങൾ പ്രതിഷേധസൂചകമായി സർക്കാർ ഓഫീസിനരികെ ചുടുന്ന അയൽവാസികൾ. വരണ്ടുണങ്ങിയ വയലുകൾ ഉപേക്ഷിച്ച് സമാന്തര രേഖപോലുള്ള ജീവിതത്തിന്റെ പ്രതീകമായ റെയിൽപ്പാളങ്ങൾക്ക് അരികിലൂടെ പലായനം ചെയ്യുന്നവർ – തുടങ്ങി എത്രയോ സന്ദർഭങ്ങൾ. ഈ ശുഷ്കഭാവത്തിന്റെ നേർവിപരീ

വില്യം വാൻഡിവെർഡ്

തമായ ഫോട്ടോയും വാർഡിവെർടിന്റെ പരമ്പരയിലുണ്ട്. അമേരിക്കൻ പട്ടാളക്കാരൻ വാൽഡൻകാർണി കാമുകിയുമൊത്ത് നടത്തുന്ന ഉല്ലാസയാത്ര. ബോട്ടിലും ആൾ റിക്ഷയിലും പ്രേമാതുരമായ നനുത്ത മുഖത്തോടെ പരസ്പരം തലോടിയും പുണർന്നുമുള്ള കശ്മീർ ഉല്ലാസം. കത്തിക്കരിഞ്ഞതുപോലുള്ള ദരിദ്രരുടെ മുഖവും ആപ്പിൾപോലെ തുടുത്ത പ്രണയ യൗവനങ്ങളുടെ ആഹ്ലാദ പ്രകടനവും രണ്ട് സമാന്തര ധാരകളാണ്.

റോബർട് കാപ, ഹെൻറി കാർടിയർ ബ്രസ്സൻ, ഡേവിഡ് സെയ്മോർ തുടങ്ങിയവർ വാൻഡിവെർടിന്റെ അടുത്ത സുഹൃത്തുക്കളായിരുന്നു. ഭാര്യ റീത്തയും സുഹൃത്തുക്കളുമൊത്ത് ആരംഭിച്ച മാഗ്നം ഫോട്ടോ ഏജൻസിക്ക് മാതൃകകൾ അധികമുണ്ടായില്ല. ദമ്പതികൾ തയ്യാറാക്കിയ *സെവൻ ഹീറോസ് ഓഫ് കൺസെർവേഷൻ* ആത്മകഥയും ജീവചരിത്രവും സമന്വയിച്ച രചനാരീതിയുടെ ആദ്യ ഉദാഹരണങ്ങളിലൊന്നായി.

ഹിറ്റ്ലർ വാഴ്ചയുടെ അവസാന നാളുകളിൽ ബർലിനിലെത്തി അയാളുടെ അന്ത്യ പിടിച്ചിലുകൾ നേരിൽക്കാണാനും വാൻഡിവെർടിന് അവസരമുണ്ടായി. ബർലിന്റെ തകർച്ചയും ഹിറ്റ്ലറുടെ ബങ്കറുകളും പകർത്താൻ അനുമതി ലഭിച്ച ആദ്യ വെള്ളക്കാരൻ ഫോട്ടോഗ്രാഫർ എന്ന പ്രശംസ ആ ആക്ടിവിസ്റ്റിനുള്ള ബഹുമതിതന്നെ.

1945 ഏപ്രിൽ 30 ന് ഹിറ്റ്ലറും വെപ്പാട്ടി ഇവ ബ്രൗണും ആത്മഹത്യയിലേക്ക് അഭയംതേടി പരാജയപ്പെട്ടു. ചെമ്പടയുടെ മുന്നേറ്റത്തിനിടയിൽ ബർലിന് കാര്യമായ പരിക്കേല്ക്കുകയുമുണ്ടായി. ബങ്കറിലെ വിലപിടിപ്പുള്ള സാധനങ്ങൾ സോവിയറ്റ് സേന കണ്ടെടുത്തു. മിലാനിലെ മ്യൂസിയത്തിൽനിന്ന് ജർമ്മൻകാർ പതിനാറാം നൂറ്റാണ്ടിൽ കട്ടെടുത്ത അപൂർവ്വ പെയിന്റിങ്. ചോര തൂകി നനഞ്ഞ സോഫ പരിശോധിക്കുന്ന പത്രപ്രവർത്തകർ. അതിൽ പെഴ്സി ക്നൗത്ത്, ട്രെഞ്ചിലെ നാശനഷ്ടങ്ങൾക്കിടയിൽ മരിച്ച നിലയിൽ കണ്ട ഹിറ്റ്ലറുടെയും ഇവയുടെയും ജഡം. ഫാസിസ്റ്റുകളുടെ ചിഹ്നമായ 'മരിച്ച തല'യും തൊപ്പിയും. ഹിറ്റ്ലർ സംഘങ്ങൾ നടത്താറുള്ള സ്പോർട്സ് പാലസിൽ ഡഗ്ലാസ് പെയ്ജെ. റീഷിന്റെ ആസ്ഥാനത്ത് തൂക്കിയിടാറുള്ള കൂറ്റൻ പരുന്ത് പ്രതിമ. തകർന്ന ഗ്ലോബും ഹിറ്റ്ലർ തലയും- വാൻഡിവെർട് ചരിത്രത്തിന്റെ മധുരമായ പ്രതികാരത്തിന് സാക്ഷിയാവുകയായിരുന്നു. ഒരു ചലച്ചിത്രത്തിലെന്നവണ്ണം മിന്നിമറഞ്ഞ ബർലിൻ അനുഭവം. ഇരുപത് പേജിൽ എഴുതിവെക്കാനും അദ്ദേഹം മറന്നില്ല.

ഇന്ത്യയുടെ ഗിൽബർട് സ്റ്റുവർട്

ലോകത്തെ എക്കാലത്തെയും മികച്ച ഛായാചിത്രകാരനായിരുന്നു ഗിൽബർട് ചാൾസ് സ്റ്റുവർട്. 1775 – 1826 കാലത്ത് ജീവിച്ച ആ അമേരിക്കൻ ചിത്രകാരന്റെ രചനകൾ ദേശീയ പ്രാധാന്യം നേടിയവയാണ്. രാജ്യത്തെ എല്ലാ പ്രധാന മ്യൂസിയങ്ങളിലും ഗ്യാലറികളിലും അവ കാണാം. ജോർജ് വാഷിങ്ടണിന്റെ അപൂർവ്വ പോർട്രെയിറ്റാണ് സ്റ്റുവർടിന്റെ മാസ്റ്റർ പീസ്.

ജനിച്ച നാട്ടിൽനിന്ന് ആറാം വയസ്സിൽ മറ്റൊരിടത്തേക്ക് നീങ്ങേണ്ടി വന്നത് അവനിലെ കലാകാരനെ പുറത്തുകൊണ്ടുവന്നു. പെയിന്റർ എന്ന നിലയിൽ വലിയ വാഗ്ദാനമാകുമെന്ന് തെളിയിച്ചു. കോളനികളിലെ സന്ദർശകനായ സ്കോട്ടിഷ് കലാകാരൻ കോസ്മോ അലക്സാണ്ടറുമായുള്ള പരിചയം ചരിത്രമെഴുത്തിലെ വ്യാകരണങ്ങൾ പഠിപ്പിക്കുകയും ചെയ്തു. പ്രാദേശിക അധികാരികളുടെ ഛായാചിത്രം തയ്യാറാക്കുകയായിരുന്നു അക്കാലം കോസ്മോ. അദ്ദേഹം സ്റ്റുവർടിന് ഗുരു എന്ന പോലെയായിരുന്നു. പതിനാലാം വയസ്സിൽ ആ ശിഷ്യൻ ഡോ. ഹണ്ടറുടെ പട്ടിക്കുട്ടിയുടെ പോർട്രെയിറ്റ് വരച്ച് അത്ഭുതം സൃഷ്ടിച്ചു. ജീവനുള്ളതുപോലുള്ള പൂർണ്ണത.

ഗിൽബർട് സ്റ്റുവർട് നിറങ്ങൾ ചാലിച്ച് പോർട്രെയിറ്റുകൾ ഒരുക്കിയപ്പോൾ സുനിൽജന ക്യാമറയിലൂടെയായിരുന്നു അത് സാധിച്ചത്. ഫോട്ടോഗ്രാഫി തന്റെ രാഷ്ട്രീയമാണെന്ന് തുറന്നുപറഞ്ഞ ആ ഇന്ത്യൻ പ്രതിഭയുടെ ഗാന്ധിജി, നെഹ്റു, ജിന്ന ഫോട്ടോകൾക്ക് ഒരിക്കലും പകരമുണ്ടായില്ല.

ആസാമിലെ ദിബ്രുഗഢിൽ ജനിച്ച ജനയ്ക്ക് കുട്ടിക്കാലം മുതൽ ഫോട്ടോഗ്രാഫിയോട് വലിയ കമ്പമായിരുന്നു. ഔപചാരിക സ്ഥാപനങ്ങളി

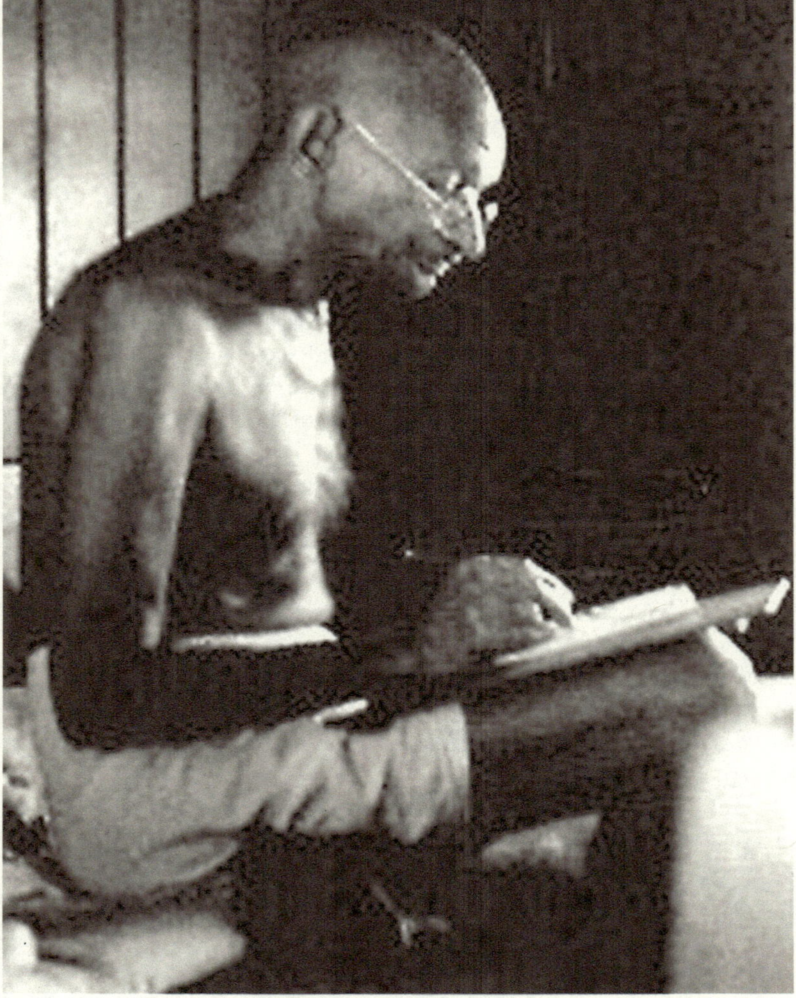

മൂന്നാംക്ലാസ് കംപാർട്ട്മെന്റിൽ ഗാന്ധിജിയുടെ തീവണ്ടിയാത്ര

ലൊന്നും പ്രവേശനം നേടിയില്ലെങ്കിലും പ്രശസ്ത സ്റ്റുഡിയോകളിലെ ഡാർക്ക് റൂമുകളിൽനിന്ന് കാര്യങ്ങൾ ഗ്രഹിച്ചു. കൊൽക്കത്തയിലെത്തിയതോടെയാണ് കൗമാര കൗതുകങ്ങൾ ഗൗരവമായത്. തുടർവിദ്യാഭ്യാസത്തിലും ഫോട്ടോ പഠനത്തിലും കമ്യൂണിസ്റ്റ് പാർട്ടി ജനറൽ സെക്രട്ടറി പി സി ജോഷിയുടെ സഹായങ്ങൾ വലുതായിരുന്നു. കോളേജിൽ ചേർന്നതും അദ്ദേഹത്തിന്റെ പ്രേരണയെത്തുടർന്ന്. അവിടെ സ്റ്റുഡൻസ് ഫെഡറേഷൻ പ്രവർത്തകനായി. തുടർന്ന് ഒളിവുകേന്ദ്രങ്ങളുമായി ബന്ധപ്പെടുന്ന കൊറിയറായി കമ്യൂണിസ്റ്റ് പാർട്ടിയിൽ സജീവം.

കമ്യൂണിസ്റ്റ്പാർട്ടി പ്രസിദ്ധീകരണമായ *പീപ്പിൾസ് വാർ* ഫോട്ടോഗ്രാഫറും ലേഖകനുമായി നില്ക്കെ ജോഷിയുടെ ആവശ്യപ്രകാരം ബംഗാൾ പര്യടനത്തിനിറങ്ങി. ക്ഷാമം കഴുത്തുഞെരിച്ച പ്രദേശങ്ങളിലൂടെയുള്ള വിശ്രമരഹിതമായ യാത്രകൾ എത്രയോ അപൂർവ്വ ഫോട്ടോകളുടെ പിറവി കുറിച്ചു. മൂകമായ ഭയം തളംകെട്ടിയ അത്തരം ചിത്രങ്ങൾ മുഖ്യധാരാ പത്രങ്ങൾ തൊട്ടതേയില്ല. ബ്രിട്ടീഷുകാരുടെ സെൻസറിങ് കത്രിക ഭയന്നായിരുന്നു ആ നിരുത്തരവാദം.

ഒറ്റനോട്ടത്തിൽ ഞെട്ടിത്തറിച്ച് കണ്ണുകൾ പിൻവലിക്കുന്നത്ര ഭയാനകമായിരുന്നു ക്ഷാമ ചിത്രങ്ങൾ. ആഫ്രിക്കയിലൊക്കെ പിന്നീടുണ്ടായ കഷ്ടതകൾ അത് ആദ്യം കാണിച്ചുതന്നു. അഴുകിയ ശവങ്ങൾക്കുമേൽ പരുന്തും മൃഗങ്ങളും പിടിവലി നടത്തുന്ന കാഴ്ചകളടക്കം. വേർപെട്ട തലയോട്ടികളും മുഴുവൻ അസ്ഥികൂടവും. അച്ഛനമ്മമാർ മരിച്ച നഗ്നരായ കുട്ടികളെ ഇനിയും ചുരത്താത്ത ഭയത്തിലേക്ക് നടത്തിക്കുന്ന വൃദ്ധ മുത്തച്ഛന്മാർ. അഴുകിവീർത്ത വെള്ളം അമൃതുപോലെ മോന്തുന്ന സ്ത്രീകൾ. അർദ്ധനഗ്നമായ സ്ത്രീജഡങ്ങൾ. ത്വക്രോഗം പടർന്നുകയറിയ അർദ്ധശവങ്ങളും. എല്ലുംതോലും മാത്രമായ വീട്ടുമൃഗങ്ങൾ. ഇങ്ങനെ എത്രയോ വേദനകളും അനാഥത്വങ്ങളും. ഇരകളെ സഹായിക്കുന്നതിന് അക്കാലത്ത് പോസ്റ്റുകാർഡുകൾ അടിച്ചിറക്കിയിരുന്നു. അവയിലെല്ലാം ജനയെടുത്ത ഫോട്ടോകൾ.

ഒഡീഷയിലെയും മദ്ധ്യപ്രദേശിലെയും സൂപർവ്വ ഗോത്രവർഗ്ഗ വിഭാഗങ്ങളുടെ ഫോട്ടോകൾ ചരിത്രകൃതിയെന്നവണ്ണം ഫലപ്രദമായിരുന്നു. വംശനാശത്തിലേക്ക് വീണുകൊണ്ടിരിക്കുന്ന അവരുടെ വേഷവിധാനങ്ങളും ആഭരണരീതികളും ഭക്ഷണപ്രത്യേകതകളുമെല്ലാം അതിലുണ്ടായി. അവ ചില പഠനഗ്രന്ഥങ്ങളുടെ കവർചിത്രമായി ഇപ്പോഴും ജീവിക്കുന്നു. *ദി ട്രൈബൽസ് ഓഫ് ഇന്ത്യ: ത്രൂ ദി ലെൻസ് ഓഫ് സുനിൽ ജന* പോലുള്ള നിരവധി പുസ്തകങ്ങളും ജനയുടേതായിട്ടുണ്ട്. ഇന്ത്യയുടെ വംശീയ – മത വൈവിദ്ധ്യങ്ങൾ വിവരിക്കുകയാണ് അവയിലെല്ലാം.

സ്വാതന്ത്ര്യത്തിന് മുമ്പും പിമ്പുമുള്ള നിർണ്ണായക വർഷങ്ങളിലെ സംഭവങ്ങളുടെ ചിത്ര പരിഭാഷകൂടിയാണ് ജനയുടെ ഫോട്ടോകൾ. കോളനി വാഴ്ചയുടെ പ്രത്യാഘാതങ്ങളും അതോടുള്ള പ്രതികരണങ്ങളും എന്നും പറയാം. സംഭവബഹുലവും ക്രൂരവുമായ കാലമാണവയിൽ

സുനിൽജന

നിറയുന്നതും. ഋജുവും സരളവുമായ ആ ഫോട്ടോകൾ എന്നാൽ രൂപഭംഗിയാൽ സമ്പൂർണ്ണവുമായിരുന്നു. ഇന്ത്യൻ വ്യാവസായികവല്ക്കരണത്തിന്റെ കുതിപ്പും പുകയും മുരൾച്ചയുമെല്ലാം മറ്റ് ചിത്രങ്ങളുടെ വിഷയമായി. തൊഴിലാളി – കർഷക പോരാട്ടങ്ങളുടെ വീറും സമർപ്പണവും വേറെ.

ഇന്ത്യാ വിഭജനത്തിന്റെ കണ്ണീരും മുറിവുകളും അനിശ്ചിതത്വങ്ങളും ജന കണ്ടെടുത്തത് അമേരിക്കക്കാരിയായ മാർഗരറ്റ് ബുർകെ വെറ്റിനൊപ്പം. *ലൈഫ് മാഗസിനു*വേണ്ടിയായിരുന്നു അവർ ഇന്ത്യയിലെത്തിയത്. വിഭജനം, അതിക്രമപരമ്പരകൾ, കൂട്ടക്കൊലകൾ, വേർപാടുകൾ – എല്ലാം അങ്ങനെ പുറംലോകമറിഞ്ഞു. ഇവരുമൊന്നിച്ചുള്ള ഫോട്ടോ യാത്രകളുടെയും ജനയുടെ ആകർഷണത്വത്തിന്റെയും ഒട്ടേറെ നിമിഷങ്ങൾ ബുർകെ *ഹാഫ് വേ ടു ഫ്രീഡം* എന്ന കൃതിയിലൂടെ പങ്കുവെച്ചിട്ടുണ്ട്. റിച്ചാർഡ് ആറ്റൻബറോയുടെ *ഗാന്ധി* സിനിമയിൽ ബുർകെ ഒരു കഥാപാത്രമാണ്. കാൻഡിസ് ബെർഗനാണ് ആ വേഷമിട്ടത്.

ജനയുടെ ഫോട്ടോ പോർട്രെയിറ്റ് പരമ്പരകളും കടലിനപ്പുറമെത്തി. അതിൽ ഏറ്റവും പ്രധാനം ഗാന്ധിജി ചിത്രങ്ങൾ. 1946 ൽ അദ്ദേഹം കൊൽക്കത്തയിലെ റാലിയിൽ പതിനായിരങ്ങളെ അഭിസംബോധന ചെയ്യുന്നത്, ഹിന്ദുമത ഭ്രാന്തന്റെ വെടിയേല്ക്കുന്നതിന് മണിക്കൂറുകൾ മുമ്പ് പങ്കെടുത്ത പ്രാർത്ഥനായോഗം, അദ്ദേഹം മുഹമ്മദലി ജിന്നയെ പുണർന്നു നില്ക്കുന്ന രംഗം, 1946 സിംല സമ്മേളനത്തിൽ പങ്കെടുക്കാൻ മൂന്നാംക്ലാസ് തീവണ്ടിയിലെ യാത്ര – അങ്ങനെ മഹാത്മജിയുടെ സ്വകാര്യ നിമിഷങ്ങളടക്കം. അംബേദ്കറുടെയും സത്യജിത്ത് റേയുടെയും പോർട്രെയിറ്റുകളും മനോഹരം. കൊൽക്കത്ത ഫിലിം സൊസൈറ്റി രൂപീകരണത്തിൽ സത്യജിത് റേയ്ക്കൊപ്പം മുൻനിന്ന് പ്രവർത്തിച്ചു. ആ സൗഹൃദത്തിന്റെ സാക്ഷ്യം കൂടിയാണ് റേ പോർട്രയിറ്റ്. നെഹ്റുവിന്റെ ആരും കാണാത്ത വ്യക്തിജീവിത ചലനങ്ങളും ജനയുടെ ശേഖരത്തിലുണ്ടായിരുന്നു. അവയിൽ ചിലത് നഷ്ടപ്പെട്ടത് മറ്റൊരു കഥ. 1939 ൽ നെഹ്റു അലഹബാദിലെ വീടിന്റെ മുഗൾ ആർകിടെക്ചറുകൾ പരിശോധിക്കുന്ന ചിത്രം പിന്നീട് കണ്ടെടുത്തു. മഹാകവി വള്ളത്തോളിനെ സന്ദർശിച്ച് ജന എടുത്ത ഫോട്ടോയും അതുൾപ്പെടുത്തി എഴുതിയ പത്രലേഖനവും മലയാളികൾക്കുകൂടി അഭിമാനത്തിന് വക നല്കുന്നു.

സിഗരറ്റ് വലിക്കുന്ന നെഹ്റു

കാലിഫോർണിയയിലെയും പടിഞ്ഞാറൻ അമേരിക്കൻ പ്രദേശങ്ങളിലെയും വനിതാ ഫോട്ടോഗ്രാഫർമാരെക്കുറിച്ച് പീറ്റർ ഇ പാംകിസ്റ്റ് ശ്രദ്ധേയമായ പഠനം നടത്തിയിട്ടുണ്ട്. 1850 മുതൽ 1950 വരെ ഒരു നൂറ്റാണ്ടിലൂടെയാണ് ആ അന്വേഷണം സഞ്ചരിച്ചത്. ആദ്യം ആകെ ഫോട്ടോഗ്രാഫർമാരിൽ പത്ത് ശതമാനം സ്ത്രീകളായിരുന്നു. 1910 ൽ അത് 20 ശതമാനമായി. തുടക്കകാലത്ത് ഫോട്ടോഗ്രാഫി തൊഴിലായി സ്വീകരിച്ച സ്ത്രീകൾ ഫോട്ടോഗ്രാഫർമാരെ വിവാഹം ചെയ്യുന്നതും ഒരു പ്രവണതയായിരുന്നുവെന്ന് ആ പഠനം കണ്ടെത്തി.

പരിപൂർണ്ണമായും പുരുഷാധിപത്യമായിരുന്ന ഇന്ത്യൻ ഫോട്ടോഗ്രാഫി മേഖലയിൽ 1910 ന് ശേഷം ശ്രദ്ധേയരായ സ്ത്രീകൾ ചുവടുറപ്പിച്ചു. സമ്പന്ന കുടുംബങ്ങളിൽപ്പെട്ടവരായിരുന്നു അവരെല്ലാം. മീരാ ചൗധരി, ഇന്ദിരാ ഡേ, മനോബിന റോയ്, ദേബാലിന മജുംദാർ, രാജേന്ദ്രകുൻ വേർബ തുടങ്ങിയവർ. ഈ നിരയിൽനിന്നും ഉയർന്ന സ്ഥാനമായിരുന്നു ഹോമയ് വ്യാരവല്ലയ്ക്ക്. ഇന്ത്യയിലെ ആദ്യ വനിതാ പ്രസ് ഫോട്ടോഗ്രാഫറും ഫോട്ടോ ജേണലിസ്റ്റുമായിരുന്നു അവർ.

ജനനം 1913 ൽ ഗുജറാത്തിലെ നവ്സരിയിൽ. ചെറുപ്പത്തിൽ ചിത്രകലയിലായിരുന്നു. താല്പര്യം. സാമ്പത്തിക ക്ലേശംമൂലം അക്കാദമിക് പരിശീലനത്തിനൊന്നും പോകാനായില്ല. അച്ഛൻ പ്രശസ്ത പാർസി–ഉറുദു നാടക നടനായിരുന്നെങ്കിലും വീട്ടിലെ സ്ഥിതി മെച്ചമായിരുന്നില്ല. ഈ കഷ്ടതകൾക്കിടയിലും മകളെ ബോംബെയിലേക്കയച്ചു. അവിടുത്തെ സർവ്വകലാശാലയിലും സർ. ജെ ജെ സ്കൂൾ ഓഫ് ആർട്സിലും ഉപരിപഠനം. ബോംബെ വുമൺസ് ക്ലബ്ബിന്റെ വിനോദയാത്രയിൽ വ്യാരവല്ല കടംകൊണ്ട ക്യാമറയുമായി കൂടി. അന്നെടുത്ത ഫോട്ടോകൾ ഏറെ

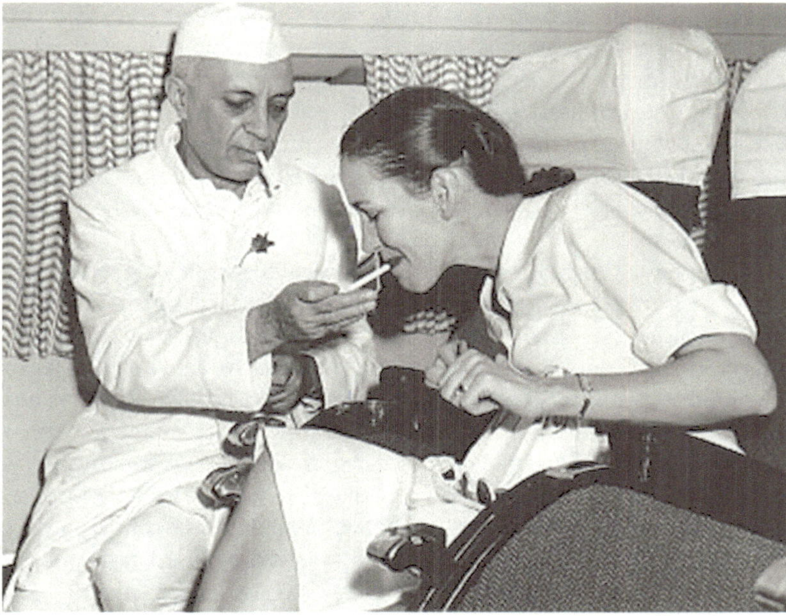

നെഹ്റു - സൈമൺ സിഗരറ്റ് വലി ദൃശ്യം

ഹോമയ് വ്യാരവല്ലി

പ്രശംസിക്കപ്പെട്ടു. അവയിലൊന്ന് *ബോംബെ ക്രോണിക്കിളിലൂടെ* വെളിച്ചംകണ്ടു. ഇതോടെ മനേക്ഷായുടെ കൂടെ പഠിക്കാൻ ചേർന്നു. ആ ബന്ധം ബലവത്താകുകയും 1941 ൽ വിവാഹത്തിലെത്തുകയുമുണ്ടായി. പീറ്റർ ഇ പാംകിസ്റ്റിന്റെ പഠനം സൂചിപ്പിച്ചതിന്റെ ഇന്ത്യൻ അനുബന്ധം പോലെ രാജ്യമെന്ന നിലയിൽ ഇന്ത്യയെ സ്ഥാനപ്പെടുത്തിയ നിരവധി ഫോട്ടോകളിലൂടെ വ്യാരവല്ല പുരുഷന്മാർക്കും മുന്നിലെത്തി. രാജ്യത്തിന്റെ വിജയങ്ങളും പ്രതിസന്ധികളും ഫോട്ടോ ഭാഷയിലൂടെ വിനിമയം ചെയ്തു.

ദേശീയ പ്രക്ഷോഭത്തിന്റെയും സ്വാതന്ത്ര്യലബ്ധിയുടെയും ചുരുക്കപ്പേരുതന്നെയായ ഒട്ടേറെ ഫോട്ടോകളെടുക്കാൻ വ്യാരവല്ലയ്ക്ക് അവസരമുണ്ടായി. 1947 ആഗസ്ത് 15 ന് ചെങ്കോട്ടയിൽ ഉയർന്ന ത്രിവർണ്ണ പതാക. മൗണ്ട് ബാറ്റന്റെ തിരിച്ചുപോക്ക്. സമാധാന പ്രതീകമായി നെഹ്റു പ്രാവുകളെ പറത്തിയത്. ഗാന്ധി വധത്തിന്റെ തുടർ സന്ദർഭങ്ങൾ തുടങ്ങിയവ. യഥാർത്ഥ സ്ഥലത്ത് യഥാർത്ഥ സമയത്ത് താൻ എത്തിപ്പെട്ടതിനാലാണ് ഇങ്ങനെയുണ്ടായത് എന്നു പറഞ്ഞ വ്യാരവല്ല, അവ പകർത്തുമ്പോൾ ഇത്രയും പ്രാധാന്യം നേടുമെന്ന് അറിഞ്ഞിരുന്നില്ലെന്നും കൂട്ടിച്ചേർത്തിരുന്നു. മുഹമ്മദാലി ജിന്ന, മാർഷൽ ടിറ്റോ, സർദാർ വല്ലഭായി പട്ടേൽ, ഇന്ദിരാഗാന്ധി തുടങ്ങിയവരുടെ ചിത്രങ്ങളും ആ ശേഖരത്തിലുണ്ടായി. *ഇല്ലസ്ട്രേറ്റഡ് വീക്കിലി*യിൽ തുടർച്ചയായി വന്ന രണ്ടാംലോകമഹായുദ്ധ ഫോട്ടോകളും മറക്കാവുന്നതല്ല.

വ്യാരവല്ലയുടെ ആകർഷണ വിഷയം ജവാഹർലാൽ നെഹ്റുവായിരുന്നു. അദ്ദേഹത്തിന്റെയും കുടുംബാംഗങ്ങളുടെയും നിരവധി സ്നാപ്പുകൾ. മകൾക്കും പേരക്കിടാങ്ങൾക്കുമൊപ്പം അപൂർവ്വമായവ വേറെയും. രാജീവിനെയും സഞ്ജയിനെയും മുത്തച്ഛൻ ബോട്ടണി പഠിപ്പിക്കുന്ന ചിത്രം കൗതുകം നിറഞ്ഞതാണ്. ക്ലാസിനു പുറത്തുള്ള അനൗപചാരിക അദ്ധ്യയനം. 1950 ലായിരുന്നു അതെടുത്തത്.

ഏറെ ഫോട്ടോജെനിക് ആയ നെഹ്റു ക്യാമറയ്ക്കു മുന്നിൽനില്ക്കാൻ ഒരിക്കലും മടി കാണിച്ചിരുന്നില്ല. ഏതവസരമായാലും ഈ ഉദാരത വ്യാരവല്ലയ്ക്ക് നന്നായി പ്രയോജനപ്പെട്ടിരുന്നു. അതായിരുന്നു അപൂർവ്വ നെഹ്റു ചിത്രങ്ങളുടെ രഹസ്യം. അദ്ദേഹം സിഗരറ്റ് വലിക്കുന്ന ഫോട്ടോ അതിലൊന്ന്. ചങ്ങലപോലെ പുകച്ചുതള്ളുന്ന നെഹ്റുവിന് ക്യൂബൻ പ്രസിഡന്റ് ഫിദൽ കാസ്ട്രോ, ചെഗുവേര വശം സിഗരറ്റുകൾ കൊടുത്തയച്ചിരുന്നു. ചെ യുടെ നേതൃത്വത്തിൽ ക്യൂബൻ സംഘം 1959 ൽ ഇന്ത്യയിലെത്തിയപ്പോഴായിരുന്നു അത്. സിഗരറ്റ് വലിക്കുകയായിരുന്ന നെഹ്റു ബ്രിട്ടീഷ് ഹൈകമ്മീഷണറുടെ ഭാര്യ സൈമണിന്റെ ചുണ്ടിലെ സിഗരറ്റിന് തീ കൊളുത്തിക്കൊടുക്കുന്നു. വ്യാരവല്ലയുടെ ഈ ഫോട്ടോ ലോക പ്രശസ്തമാണ്. ദില്ലിയിൽനിന്നും ലണ്ടനിലേക്ക് കന്നിയാത്ര നടത്തിയ ബോയിങ് വിമാനത്തിനുള്ളിൽ വെച്ചായിരുന്നു അവർ രംഗം കണ്ടത്. വ്യാരവല്ലയുടെ മരണവാർത്തയ്ക്കൊപ്പം എല്ലാ പ്രധാന പ്രസി

ദ്ധീകരണങ്ങളും നെഹ്റു – സൈമൺ സിഗരറ്റ് കൂട്ടായ്മ പുനഃപ്രസിദ്ധീകരിച്ചിരുന്നു.

ഏറെ കൗതുകങ്ങൾ നിറഞ്ഞതായിരുന്നു വ്യാരവല്ലയുടെ വ്യക്തിജീവിതം. 'DALDA 13' എന്ന പേരിലായിരുന്നു അവർ ഫോട്ടോകൾ പ്രദർശിപ്പിച്ചിരുന്നത്. ജനനം 1913. ആദ്യ വിവാഹം 13–ാം വയസ്സിൽ. ആദ്യ കാറിന്റെ നമ്പർ പ്ലേറ്റ് DLD 13 ഇതെല്ലാം ചേർത്തുവെച്ചായിരുന്നു രചനാനാമം. ഗാന്ധിജിയോട് ഏറെ ആരാധനതോന്നിയ അവർ തികഞ്ഞ അച്ചടക്കമുള്ള ലളിത ജീവിതമാണ് നയിച്ചിരുന്നത്. ഇത് ഒരു ഘട്ടത്തിൽ അജ്ഞാതവാസത്തിന് സമാനമായ അവസ്ഥയിലെത്തി. 1970 ൽ ഭർത്താവിന്റെ മരണത്തെതുടർന്ന് ഫോട്ടോഗ്രാഫിയുടെ ആവേശങ്ങളിൽനിന്ന് ഉൾവലിഞ്ഞു. അക്കാലത്തെ ചില സഹപ്രവർത്തകരുടെ രീതികളോട് തീരെ പ്രതിപത്തിയില്ലായിരുന്നു. ആൾക്കൂട്ടത്തിനിടയിൽ വീർപ്പുമുട്ടി, എളുപ്പത്തിൽ പണം കൊയ്യുന്നതിന്റെ ഭാഗമാവാൻ കഴിയില്ലെന്നായിരുന്നു വിശദീകരണം. ആലോചിച്ചുറപ്പിച്ച് ക്യാമറ താഴെവെച്ച വ്യാരവല്ല മകന്റെ വിവാഹത്തിനുപോലും അത് തൊട്ടില്ല. ആ വെറുപ്പിന് വെളിപ്പെടുത്താത്ത വലിയ കാരണമുണ്ടായിരിക്കണം. സബീന ഗാഡിഹോകെ എഴുതിയ ജീവചരിത്രം *ഇന്ത്യ ഇൻ ഫോക്കസ്: ക്യാമറ ക്രോണിക്കിൾസ് ഓഫ് ഹോമയ് വ്യാരവല്ല* ജീവിചരിത്രം സ്ത്രീ വീക്ഷണങ്ങളാലും വേറിട്ടു നിൽക്കുന്നു. പല അന്താരാഷ്ട്ര വ്യക്തിത്വങ്ങളെയും പിന്തുടർന്നുകൊണ്ടിരുന്ന അവർ എങ്ങും സ്വന്തം വ്യക്തിത്വം കാത്തുസൂക്ഷിച്ചു. അടിമപ്പണിയല്ല താനെടുക്കുന്നത് എന്ന ഉറച്ചബോദ്ധ്യം ധീരത പകർന്നു നൽകി. മുന്നിലെത്തുന്ന പ്രതിഭകളോട് അനാവശ്യമായി സംസാരിക്കാൻ മടികാട്ടി. ഗാന്ധിജിയും നെഹ്റുവുമായാൽപ്പോലും വീരാരാധന പടർത്തുന്ന ഭയം ഒരിക്കൽപ്പോലും വ്യാരവല്ലയിലുണ്ടായില്ല. 2012 ൽ തൊണ്ണൂറ്റിയെട്ടാം വയസ്സിൽ നിര്യാതയാകുംവരെ ഈ വ്യത്യസ്തത വിടാതെ മുറുകെപ്പിടിച്ചു. ആഭരണങ്ങളോട് താല്പര്യം കാണിക്കാതിരുന്ന അവർ അലോപ്പതി മരുന്ന് കഴിക്കാനും ഇഷ്ടപ്പെട്ടിരുന്നില്ല. ജീവിതത്തിന്റെ അവസാന നാലുപതിറ്റാണ്ട് തന്റെ മേഖലയിൽനിന്ന് മാറിനിന്നത് ഏറെ വേദനാജനകമായിരുന്നു. അതുണ്ടാക്കിയ നഷ്ടവും വലുത്. 1970 ൽ ഇന്ദിരാഗാന്ധിയോട് ഒരു വിദേശ പത്രപ്രവർത്തകൻ ഇന്ത്യക്ക് വനിതാ ഫോട്ടോഗ്രാഫർമാരില്ലേ എന്ന് ആരാഞ്ഞപ്പോൾ ഒരു സെക്കന്റ്പോലും ആലോചിക്കാതെയായിരുന്നു മറുപടി-ഹോമയ് വ്യാരവല്ലി.

രണ്ട് പോരാളികൾ

സ്വാതന്ത്ര്യത്തിലേക്ക് എളുപ്പ വഴിയില്ലെന്ന നെൽസൺ മണ്ടേലയുടെ പ്രഖ്യാപനം അർത്ഥവത്തും അതേക്കാൾ ആധികാരികവുമാണ്. മൂന്നു പതിറ്റാണ്ടിനടുത്ത് വെള്ള ന്യൂനപക്ഷ ഭരണത്തിന്റെ കാരാഗൃഹത്തിൽ കഴിയേണ്ടി വന്ന അദ്ദേഹത്തിന്റെ നിശ്ചയദാർഢ്യത്തെ ഉലയ്ക്കാൻ ഒരു ശക്തിക്കുമായില്ല. വിദ്യാർത്ഥിയായിരിക്കെ കൊളോണിയൽ വിരുദ്ധ പ്രക്ഷോഭങ്ങളിൽ ഭാഗഭാക്കായ മണ്ടേല പിന്നീട് വർണ്ണവിവേചനത്തിനെതിരെ കൊടുങ്കാറ്റായി ആഞ്ഞടിച്ചു. ആഫ്രിക്കൻ നാഷണൽ കോൺഗ്രസായിരുന്നു സംഘടനാരൂപം.

മിതവാദപരവും സാമ്യവുമായ അഭ്യർത്ഥനകളും പ്രക്ഷോഭങ്ങളും ബധിര കർണ്ണങ്ങളിലാണ് പതിച്ചത്. തുടർന്ന് ശക്തമായ ചെറുത്തുനില്പുകൾ അഴിച്ചുവിട്ട് കമ്യൂണിസ്റ്റുകാരുമായി ചേർന്ന് രൂപീകരിച്ച ഗറില്ലാ വിഭാഗത്തിന്റെ കമാൻഡറായി മണ്ടേല. *കമ്യൂണിസ്റ്റ് മാനിഫെസ്റ്റോ*യും നിരോധനകാലയളവിൽ ക്യൂബൻ കമ്യൂണിസ്റ്റ് പാർട്ടി പ്രവർത്തിച്ചതെങ്ങനെയെന്ന് വിശദീകരിച്ച ജനറൽ സെക്രട്ടറി ബ്ലാസ് റോക്കയുടെ റിപ്പോർട്ടും ഒളിവുകാലത്താണ് അദ്ദേഹം വായിച്ചത്. ഡെന്നീസ് റെയ്റ്റ്സിന്റെ 'കമാണ്ടോ' ഇസ്രയേലി നേതാവ് മെനാച്ചം ബെഗിന്റെ ആത്മകഥയായ *റി റിവോൾട്ട്* എഡ്ഗാർ സ്നോയുടെ *റെഡ്സ്റ്റാർ ഓവർ ചൈന* തുടങ്ങിയ കൃതികളും ദിശകാട്ടി. പിന്നെ ചെഗുവേര, മൗ സെ ദോങ്, ഫിദൽ കാസ്ട്രോ തുടങ്ങിയവരുടെ രചനകളും തിസീസുകളും ഉണർവ്വേകി.

പാചകക്കാരനായും ഡ്രൈവറായും പൂന്തോട്ടപ്പണിക്കാരനായും അതിസാഹസികമായ ഒളിവു ജീവിതമായിരുന്നു മണ്ടേലയുടേത്. പലപ്പോഴും തലനാരിഴയ്ക്കാണ് രക്ഷപ്പെട്ടിരുന്നതും. പട്ടാളക്കാരനും രഹസ്യപ്പൊലീസുകാരനും സമര യോദ്ധാവായിക്കണ്ട് അഭിവാദ്യം ചെയ്ത അനു

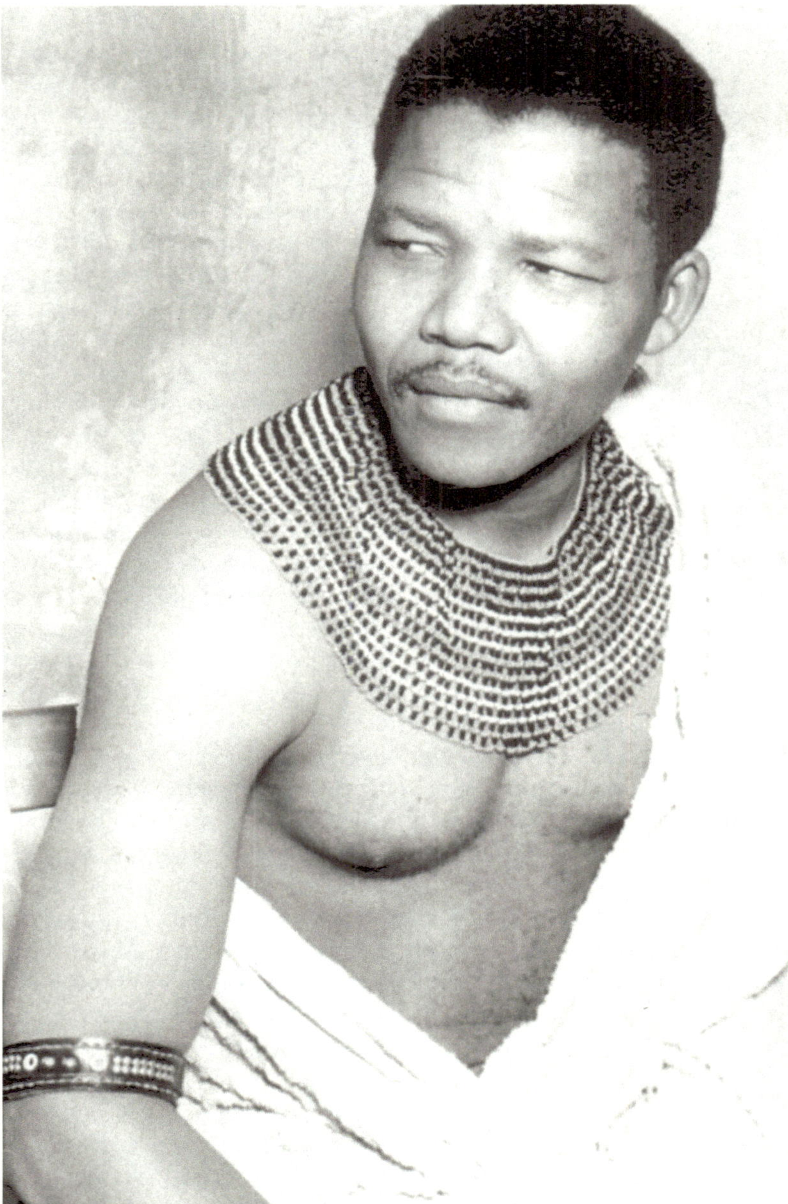

മണ്ടേല പരമ്പരാഗത വേഷത്തിൽ

എലി വെയ്ൻബെർഗ്

ഭവങ്ങളും അദ്ദേഹത്തിനുണ്ടായി. ദക്ഷിണാഫ്രിക്കയുടെ രാഷ്ട്രപിതാവെന്ന് നിസ്സംശയം വിശേഷിപ്പിക്കപ്പെടുന്ന മണ്ടേലയുടെ ചില അപൂർവ്വ ഫോട്ടോകൾ എടുത്ത എലി വെയ്ൻബെർഗും ശക്തനായ പോരാളിയായിരുന്നു. ആ പരമ്പരയിലെ ഏറ്റവും മികച്ചത് മണ്ടേലയുടെ ഒളിവുകാലത്തെ അപൂർവ്വ ഫോട്ടോ. പരമ്പരാഗത ഗോത്രവേഷത്തിലായിരുന്നു അത്. ഗോത്രവിഭാഗത്തിൽ ഏറെ ബഹുമാനിക്കപ്പെട്ട തെംബു തറവാട്ടിലായിരുന്നു അദ്ദേഹത്തിന്റെ ജനനം. ഷോസ തായ്‌വഴിയിലൂടെ അനുബന്ധമായി മഡീബ എന്നും വിളിക്കപ്പെട്ടു. ഈ പശ്ചാത്തലങ്ങളെല്ലാം നിറഞ്ഞുതുളുമ്പുന്ന ഫോട്ടോയായിരുന്നു വെയ്ൻബെർഗ് പകർത്തിയത്. കഴുത്തിൽ വീതികൂടിയ പ്രത്യേക ആഭരണവും കൈകളിൽ വളയും അണിഞ്ഞ് കിടക്കവിരികൊണ്ട് ശരീരം മറച്ചുള്ള നില്പ്. ഒളിവുകാലത്ത് താടി വളർത്തിയ മണ്ടേല. വർണ്ണവിവേചനത്തിൽ പ്രതിഷേധിച്ച് അദ്ദേഹവും ഒലിവർ ടാംബോയും തിരിച്ചറിയൽ രേഖ തീയിടുന്നത്. വിവാഹരംഗം - എന്നിങ്ങനെ എത്രയോ ഫോട്ടോകൾ പകർത്തി വെയ്ൻബെർഗ്.

1908 ൽ ലാത് വിയയിൽ ജനിച്ച വെയ്ൻബെർഗിന്റെ കുട്ടിക്കാലം സംഭവബഹുലമായിരുന്നു. ഒന്നാം ലോകമഹായുദ്ധവും സോവിയറ്റ് വിപ്ലവവും കുഞ്ഞുമനസ്സിൽ ആഴത്തിൽ പതിക്കുകയുണ്ടായി. വിദ്യാർത്ഥികാലത്തുതന്നെ സോഷ്യലിസ്റ്റ് ആശയങ്ങളിലേക്ക് ആകർഷിക്കപ്പെട്ടു. ഒന്നാം ലോകയുദ്ധത്തിന്റെ സംഘർഷങ്ങൾ ആ ബാലനെ കുടുംബത്തിൽ നിന്ന് അകറ്റി. ആരോരുമില്ലാതെ അലഞ്ഞുതിരിഞ്ഞ അവനെ പട്ടാളക്കാർ സംരക്ഷിച്ചു. വളരെ കൗതുകപൂർവ്വം ലോകം കണ്ട വെയ്ൻബെർഗ് പതുക്കെ കമ്യൂണിസ്റ്റ് അനുഭാവിയായി. ദുരന്തങ്ങൾ പിന്നെയും വേട്ടയാടി. അമ്മയും സഹോദരിയുമടക്കമുള്ള കുടുംബാംഗങ്ങളെ നാസികൾ കോൺസെൻട്രേഷൻ ക്യാമ്പിൽ നരകിപ്പിച്ച് കൊന്നത് കനത്ത ആഘാതമായിരുന്നു.

പതിനാറാം വയസ്സിൽ ട്രേഡ് യൂണിയൻ പ്രസ്ഥാനത്തിൽ അണിചേർന്ന വെയ്ൻബർഗ്, നാലുവർഷത്തിനുള്ളിൽ നടന്ന പൊതുപണിമുടക്കിനെ തുടർന്ന് ജയിലിലായി. ലാത്‌വിയയിലെ പരുഷമായ രാഷ്ട്രീയ കാലാവസ്ഥ കാരണം 1929 ൽ ദക്ഷിണാഫ്രിക്കയിലെ കേപ് ടൗണിലെത്തി. പൗരനാകാൻ ആഗ്രഹിച്ചുവെങ്കിലും രാഷ്ട്രീയ കാരണങ്ങളാൽ

അപേക്ഷ പലവട്ടം തള്ളപ്പെടുകയുണ്ടായി. 1932 ൽ ദക്ഷിണാഫ്രിക്കൻ കമ്യൂണിസ്റ്റ് പാർട്ടിയിലെത്തി. കേപ് ടൗൺ, പോർട് എലിസബത്ത്, ജോഹന്നസ് ബർഗ് – തുടങ്ങിയ പ്രധാന കേന്ദ്രങ്ങളിലെല്ലാം തൊഴിലാളി സംഘടനകൾക്ക് നേതൃത്വം നല്കി. അതിനിടെ 1937 ൽ ട്രേഡ് യൂണിയൻ പ്രവർത്തക റേ അലക്സാണ്ടർ ജീവിതസഖിയുമായി.

കമ്യൂണിസ്റ്റുകാരെ അടിച്ചമർത്തുന്ന കിരാത നിയമപ്രകാരം 1950 ൽ വെയ്ൻബെർഗ് നോട്ടപ്പുള്ളിയായി. 1953 മുതൽ കനത്ത വിലക്കിന്റെ നടുവിലാണ് കഴിഞ്ഞത്. 1960 ൽ മൂന്ന് മാസം പൊലീസ് തടവിലിട്ടു. തുടർന്ന് ബ്രാം ഫിഷർക്കൊപ്പം ഏഴുമാസം ജയിലിലും. കമ്യൂണിസ്റ്റ് പാർട്ടി കേന്ദ്രകമ്മിറ്റിയംഗമായതിനാൽ ജാമ്യം നിഷേധിച്ച് വീണ്ടും അഞ്ചുവർഷം തടവിലിട്ടു. 1976 ൽ താൻസാനിയയിൽ അഭയം തേടുകയായിരുന്നു.

1926 മുതൽ വെയ്ൻബെർഗ് ഫോട്ടോഗ്രാഫിയുടെ ലോകത്തേക്ക് ആകർഷിക്കപ്പെട്ടു. സുഹൃത്തിന്റെ സ്റ്റുഡിയോയിൽ പാർട്ടൈം ജോലിക്കാരനായി നിന്നായിരുന്നു തുടക്കം. വീട്ടുതടങ്കലിന്റെ വേളയിൽ രഹസ്യമായി സ്വന്തം സ്റ്റുഡിയോ നടത്തുകയും ചെയ്തു. അതിപ്രശസ്തങ്ങളായ ഒട്ടേറെ സംഭവങ്ങളും വ്യക്തിത്വങ്ങളും അദ്ദേഹത്തിന്റെ ക്യാമറക്കണ്ണിൽ പതിഞ്ഞെങ്കിലും സംഘർഷഭാരമുള്ള മനസ്സുമായി കേപ് ടൗൺ വിടേണ്ടി വന്നതിനാൽ നെഗറ്റീവുകൾ താൻസാനിയിലേക്ക് കൊണ്ടുപോകാനായില്ല.

ന്യൂ ഏജ് മാഗസിനുവേണ്ടിയായിരുന്നു പല ഫോട്ടോകളുമെടുത്തത്. ആഫ്രിക്കൻ നാഷണൽ കോൺഗ്രസിനെ പിന്തുണച്ച സ്വതന്ത്ര പുരോഗമന വാരികയായിരുന്നു അത് 1964 ൽ ന്യൂയോർക്കിൽ നടന്ന ലോക ഫോട്ടോഗ്രാഫി മത്സരത്തിലെ വെള്ളി മെഡൽ ആദരങ്ങളിലൊന്ന്. വിഷയം മലൂതി മലനിരിയിലെ ബൊസോത്തോ സ്ത്രീകൾ. 58 രാജ്യങ്ങളിൽനിന്ന് 150000 എൻട്രികൾ എത്തി. എന്നിട്ടും പുരസ്കാര വിതരണ ചടങ്ങിൽ പങ്കെടുക്കാനായില്ല. അവിടെയും തടസ്സം നിലപാടുകളായിരുന്നു. ഒട്ടേറെ മികച്ച ഫോട്ടോഗ്രാഫർമാരെ വളർത്തിയെടുക്കുന്നതിലും വെയ്ൻബെർഗ് സംഭാവന നല്കി. അങ്ങനെ കറുത്ത ഫോട്ടോഗ്രാഫർമാരുടെ നിര തന്നെയുണ്ടായി. ജോ ഗ്വാബിയായിരുന്നു ഏറെ പ്രശസ്തൻ. കള്ളക്കേസ് ചുമത്തി 12 വർഷം ജയിലിലിട്ട അദ്ദേഹത്തെ പിന്നീട് വധിക്കുകയായിരുന്നു.

ചെ ഗുവേര എന്ന ഫോട്ടോഗ്രാഫർ

വിപ്ലവകാരിയെന്ന നിലയിൽ വിസ്മയങ്ങളും സാഹസികതകളും നിറഞ്ഞുതുളുമ്പിയ വ്യക്തിത്വമായിരുന്നു ചെ ഗുവേരയുടേത്. സ്ഫോടനാത്മകമായി ചിന്തിക്കുകയും ആപൽക്കരമായി പ്രവർത്തിക്കുകയും ചെയ്ത അദ്ദേഹം ജനകോടികൾക്ക് ഇപ്പോഴും ആവേശവും പ്രചോദനവുമാണ്. ചെയുടെ വ്യക്തിജീവിതമാകട്ടെ നിരവധി കൗതുകങ്ങളുടെ കൂമ്പാരവും. പ്രധാന മത്സരങ്ങളിൽ പങ്കെടുത്ത ചെസ് കളിക്കാരനായിരുന്നു പന്ത്രണ്ടാം വയസ്സുമുതൽ. യുവാവായിരിക്കെ രാഷ്ട്രീയ കൃതികൾക്കും പഠനങ്ങൾക്കുമൊപ്പം കവിതയുടെ പൂമരത്തണലും ഇഷ്ടപ്പെട്ടു. പാബ്ലോ നെരൂദ, ജോൺ കീറ്റ്സ്, ഡെറികോ, ഗാർഷ്യ ലോർക, വാൾട് വിറ്റ്മാൻ തുടങ്ങിയ കവികൾ അവന്റെ ആരാധനാപാത്രങ്ങളും. പല പ്രശസ്ത രചനകളും ചെ ഗുവേരയ്ക്ക് മനഃപാഠമായിരുന്നു. രാത്രികാലങ്ങളിൽ അവ ചൊല്ലുകയും ചെയ്തു. ഇതേക്കാളെല്ലാമുപരി അദ്ദേഹം തന്നെ മികച്ച കവിയായിരുന്നു. വീട്ടിലെ ലൈബ്രറിയിൽ കുത്തിയിരുന്ന് എഴുതുമായിരുന്ന ചെ കൂട്ടുകാരിൽ കൗതുകം നിറച്ചു. ബൊളീവിയൻ വിപ്ലവത്തിന്റെ അവസാന ഘട്ടത്തിൽ ചെ ഭാര്യക്ക് എഴുതിയ കവിത ഏറെ പ്രശസ്തം. 'എഗേൻസ്റ്റ് വിൻഡ് ആൻഡ് ടൈഡ്' എന്ന അതിന്റെ ശീർഷകം തന്നെ സ്വയം സംസാരിക്കുന്നതാണ്. വിപ്ലവ പ്രവർത്തനത്തിലെ കാറ്റും കോളും വേലിയേറ്റങ്ങളും ഇറക്കങ്ങളുമെല്ലാം ചുരുക്കിപ്പറയുന്നുണ്ട് അത്. വൈദ്യശാസ്ത്ര വിദ്യാർത്ഥിയായിരിക്കെ ദക്ഷിണാഫ്രിക്കയിലേക്ക് നടത്തിയ യാത്ര ദുരിതങ്ങളുടെയും പീഡനങ്ങളുടെയും അടിച്ചമർത്തലുകളുടെയും യാഥാർത്ഥ ചിത്രം ബോദ്ധ്യപ്പെടുത്തി. ചോര കിനിയുന്ന ഭൂപടങ്ങൾ അദ്ദേഹത്തിന്റെ മനസ്സിനെ തീപിടിപ്പിക്കുകയായിരുന്നു. ഇങ്ങനെ അടിമുടി സമരസജ്ജമായ ചെയ്ക്ക് അധികമാർക്കും അറിയാത്ത ഒരു മു

ചെഗുവേര ക്യാമറയുമായി

ഖവുമുണ്ടായിരുന്നു. ഏത് തിരക്കിനിടയിലും ക്യാമറ തൂക്കിനിന്ന ഫോട്ടോഗ്രാഫറുടേത്. തെരുവ് ദൃശ്യങ്ങളും സുഹൃത്തുക്കളായ പ്രശസ്തരുടെ ഫോട്ടോകളും ചരിത്രം അടയിരുന്ന സ്മാരകങ്ങളുമെല്ലാം അദ്ദേഹം വരുംകാലത്തിനായി സംരക്ഷിച്ചു.

ഒരു രസത്തിനുവേണ്ടി അച്ഛൻ ഏണസ്റ്റോ ഗുവേര ലിഞ്ചിന്റെ ക്യാമറയെടുത്തതായിരുന്നു തുടക്കം. അത് ഉപയോഗപ്പെട്ടു. താൻ തുടങ്ങിയ സ്കൂൾ പത്രത്തിൽ കുറേ ഫോട്ടോകൾ ചേർക്കാൻ ചെ ഗുവേരയ്ക്കായി. ലാറ്റിനമേരിക്കയുടെ ഹൃദയം സ്പർശിച്ച് മുന്നേറിയ മോട്ടോർ സൈക്കിൾ പര്യടനം ഫോട്ടോഗ്രാഫി ഭ്രമത്തിന് ശക്തിപകർന്നു. അജെൻഷിയ ലാറ്റിയസ് എന്ന ഏജൻസിയുമായി കരാർ ഒപ്പുവെച്ചാണ് ഫോട്ടോയെടുപ്പ് തുടങ്ങിയത്. മെക്സിക്കോയിൽ നടന്ന 1955 ലെ പാൻ അമേരിക്കൻ ഗെയിംസിനുവേണ്ടിയായിരുന്നു കരാർ. എന്നാൽ ഏജൻസി ചില്ലിക്കാശുപോലും കൊടുക്കാതെ ചെ യെ വഞ്ചിച്ചു. പിന്നെ ജീവിതം കൂട്ടിമുട്ടിക്കാൻ ക്യാമറയുമായി അലഞ്ഞുതിരിയുകയായിരുന്നു. മെക്സിക്കോ നഗരത്തിലെ പാർക്കുകളിലും ചത്വരങ്ങളിലും ആവശ്യക്കാരെ കാത്തുനിന്നു.

ഫോട്ടോഗ്രാഫർ എന്ന നിലയിൽ ചെ ഏറെ പേരെടുക്കുന്നത് മെക്സിക്കോയിലെ കൊളംബിയൻ സ്മാരക ചിഹ്നങ്ങൾക്ക് ഫോട്ടോ ഭാഷ്യമൊരുക്കിയതോടെ. ടൂറിസ്റ്റ് ചിത്രങ്ങൾക്കുപരി അവയ്ക്കെല്ലാം സ്വതന്ത്രമായ ശക്തിയും സന്ദേശങ്ങളുമുണ്ടായി. ക്യൂബൻ ഗവൺമെന്റിന്റെ പ്രതിനിധി സംഘാംഗമായി നടത്തിയ ലോകസഞ്ചാരങ്ങൾ മറ്റൊരു അവസരമായിരുന്നു. അക്കാലത്തെടുത്ത തെരുവുകാഴ്ചകളിൽ ചെറുമനുഷ്യരുടെ സാന്നിദ്ധ്യമാണ് ഏറെ മുഴച്ചുനിന്നത്. 1960 കളുടെ ആദ്യമായിരുന്നു യാത്ര. തൊഴിൽശാലകളുടെ അകം പുറങ്ങൾ, ജനക്കൂട്ടങ്ങൾ അണിചേർന്ന സംഭവങ്ങളും യോഗങ്ങളും, അടുത്ത സുഹൃത്തുക്കളായ പ്രശസ്തർ – തുടങ്ങിയവയെല്ലാം വിഷയങ്ങളായി. ഔദ്യോഗിക സന്ദർശനത്തിനിടെ ഫോട്ടോയെടുക്കാൻ പല തടസ്സങ്ങളും ഉണ്ടായെങ്കിലും ചെ അവ മറികടന്നത് ഏറെ ആദരവോടെയാണെന്ന് ഒപ്പമുണ്ടായിരുന്നവർ വിലയിരുത്തിയിട്ടുണ്ട്.

മനുഷ്യജീവിതം ഇരമ്പുന്ന തെരുവിന്റെ ഇരുട്ടിനെ തുറന്നുവെച്ച ചെ യുടെ ഫ്ളാഷുകൾ പ്രശസ്ത വനിതാ ഫോട്ടോഗ്രാഫർ വിവിയൻ ഡൊറോത്തിയ മേയ് എറിന്റേതുപോലെയാണെന്നും ചില നിരൂപകർ പിന്നീട് എഴുതി. ന്യൂയോർക്കിൽ ജനിച്ച അവർ ഫ്രാൻസിലാണ് വളർന്നത്. ഒരു ലക്ഷത്തിലധികം ഫോട്ടോകളെടുത്ത മേയ് എറിന്റെ രചനകൾ ഒട്ടുമിക്കവയും പുറം ലോകം കണ്ടില്ല. മരണശേഷം പ്രശസ്ത ചരിത്രകാരനും കലാസ്വാദകനുമായ ജോൺ മല്ലൂഫ് കണ്ടെടുക്കുകയായിരുന്നു ആ അമൂല്യശേഖരം.

ഫോട്ടോയെടുപ്പ് ചെ ഗുവേരയ്ക്ക് കുട്ടിക്കളിയായിരുന്നിന്നില്ല. വിപ്ലവ പ്രവർത്തനത്തിൽ പൂർണ്ണമായും ഇറങ്ങും മുമ്പ് താനൊരു ഫോട്ടോഗ്രാഫറായിരുന്നുവെന്ന അദ്ദേഹത്തിന്റെ വെളിപ്പെടുത്തലിൽതന്നെ

1964 തായ്‌ലൻഡ് – സെൽഫ് പോർട്രെയിറ്റ്

അത് കാണാം. ക്യൂബയിലെ സായുധകലാപവും വിപ്ലവവും വിശദമാക്കുന്ന ഡയറിയെഴുത്തുപോലെയായിരുന്നു മിക്ക ഫോട്ടോകളും. പലതിനും വിശദീകരണങ്ങൾ ആവശ്യമില്ലായിരുന്നു. ഒരു ഫോട്ടോഗ്രാഫർ എന്ന നിലയിൽ തീർത്തും അസ്വാഭാവികവും അസാധാരണവുമായ അനുഭവങ്ങളായിരുന്നു ചെ യുടേത്. നികോൺ എസ് – 2 ആയിരുന്നു അദ്ദേഹത്തിന്റെ ഇഷ്ട ക്യാമറ. 50 മില്ലീമീറ്റർ ലെൻസും. സാന്തക്ലാരയിലെ മ്യൂസിയത്തിൽ സഞ്ചാരികൾ അതിനുമുന്നിൽ തിക്കിത്തിരക്കുന്നത് നിത്യകാഴ്ചയാണത്രെ. പലേടത്തായി ചിതറിനിന്ന ഫോട്ടോകൾ 1990 ലാണ് ചെ സ്മാരകത്തിൽ എത്തിച്ച് ഒരുക്കിവെച്ചത്. ഇതിൽ ഇരുന്നൂറോളം യൂറോപ്പിലെയും ലാറ്റിനമേരിക്കയിലെയും 12 വൻ നഗരങ്ങളിലെ ട്രാവൽ എക്സിബിഷനുകൾക്കായി വിട്ടുനല്കുകയും ചെയ്തു.

അസാദ്ധ്യവും ഏറെ വിഷമകരവുമായ സാഹചര്യങ്ങളിൽ ചവിട്ടി നിന്നാണ് ചെ ഗുവേര ഫോട്ടോകൾ എടുത്തത്. വളരെ പ്രശസ്തമായ രൂപവും രാഷ്ട്രീയ പാശ്ചാത്തലവും ഔദ്യോഗികത്വത്തിന്റെ ചിട്ടവട്ടങ്ങളുമെല്ലാം തടസ്സങ്ങളായിരിക്കുമല്ലോ. ഭാരിച്ച ഉത്തരവാദിത്വങ്ങളുടെ വീർപ്പുമുട്ടലിനിടയിൽ ഒരുതരത്തിൽ അനാവശ്യമായ പ്രവൃത്തിയാണതെന്ന് പഴി പറഞ്ഞിട്ടുമുണ്ട് ചിലർ. തന്റെ ആന്തരിക ജീവിതത്തിന്റെയും എങ്ങനെ ലോകത്തെ നോക്കിക്കണ്ടുവെന്നതിന്റെയും ചരിത്ര മുദ്രകളാണ് ചെ ക്യാമറയുടെ ഓർമ്മയിലൊട്ടിച്ച അപൂർവ്വ ദൃശ്യങ്ങൾ. അദ്ദേഹം അതിൽ മടിച്ചിരുന്നെങ്കിൽ ചില സംഭവങ്ങളെങ്കിലും രേഖയില്ലാതെ

അവസാനിക്കുമായിരുന്നു. ചുറ്റുമുള്ള കാഴ്ചകൾ ഒപ്പിയെടുത്തതുപോലെ തന്നിലേക്കും അദ്ദേഹം ക്യാമറക്കണ്ണുകൾ തിരിച്ചുവെച്ചു. 1964 ൽ തായ്‌ലന്റിൽ നിന്നെടുത്ത പ്രശസ്ത ഫോട്ടോ അതിലൊന്നുമാത്രം. മീശയും താടിയുമില്ലാതെയായിരുന്നു അത്.

തെരുവിന്റെ ജീവിതം

സമൃദ്ധമായ ചുറ്റുപാടുകളിൽ ജീവിച്ച് ഏതെങ്കിലും മേഖലയിൽ തിളങ്ങിനില്ക്കുകയെന്നത് അത്ര അസ്വാഭാവികമല്ല. പരിതാപകരമായ അവസ്ഥകളിൽ പൂട്ടിയിടപ്പെട്ടപ്പോഴും സാമൂഹ്യ ഉത്തരവാദിത്വം നിർവ്വഹിച്ചവരാണ് യഥാർത്ഥ കലാകാരന്മാർ. അതൊരു സ്ത്രീയാകുമ്പോൾ സംഭാവനകളെ ഏറെ മാനിക്കേണ്ടിയിരിക്കുന്നു. വിവിയൻ ഡൊറോത്തിയ മേയ് എർ എന്ന ഫോട്ടോഗ്രാഫർ അങ്ങനെ അനുകരണീയ മാതൃകയാണ്.

ന്യൂയോർക്കിൽ ജനിച്ച അവർ ഫ്രാൻസിലായിരുന്നു വളർന്നത്. അമേരിക്കയിലേക്ക് മടങ്ങിപ്പോയി നാലുപതിറ്റാണ്ടിലധികം ആയയായി പ്രവർത്തിച്ചു. ഇക്കാലയളവിൽ ഒരു ലക്ഷത്തിൽ കൂടുതൽ ഫോട്ടോകളെടുത്തു. ചിക്കാഗോ നഗര ദൃശ്യങ്ങളായിരുന്നു ഏറെയും. കൂടാതെ ലോകം ചുറ്റി പിന്നെയും ഒട്ടേറെ ഫോട്ടോകൾ.

മേയ് എർ രചനകൾപോലെ വാചാലമല്ലായിരുന്നു അവരുടെ വ്യക്തി ജീവിതം. ചാൾസ് മേയ് എറിന്റെയും മരിയ ജൗസൗദിന്റെയും മകളായി 1926 ലായിരുന്നു ജനനം. ചെറുപ്പകാലത്ത് ഫ്രാൻസിനും അമേരിക്കയ്ക്കുമിടയിൽ പലവട്ടം പറന്നു അവൾ. ഏഴാം വയസ്സിൽ അച്ഛൻ കുടുംബം ഉപേക്ഷിച്ചുപോയി. അതിനുശേഷമുണ്ടായ ജനസംഖ്യാ കണക്കെടുപ്പിൽ കുടുംബനാഥനായി രേഖപ്പെടുത്തിയത് പ്രശസ്ത പോർട്രെയിറ്റ് ഫോട്ടോഗ്രാഫർ ജീന്നെബെർട്രൻ ഡിനെയെ.

ഇരുപത്തഞ്ചാം വയസ്സിൽ (1951) മേയ് എർ ഫ്രാൻസിൽനിന്ന് ന്യൂയോർക്കിലെത്തി. അവിടെ മധുരപലഹാരക്കടയിൽ ജോലിയെടുത്തു. അഞ്ചുവർഷത്തിനുശേഷം ചിക്കാഗോയുടെ വടക്കൻ തീരത്തേക്ക് മാറി. അവിടെയാണ് നാലുപതിറ്റാണ്ട് ആയയായി നിന്നത്. റോള്ളേയ് ഫ്ളക്സ് ക്യാമറയുമെടുത്ത് തെരുവിൽ അലയുകയായിരുന്നു അവർ. മേയ് എർ

വിവിയൻ ഡൊറോത്തിയ മേയ്എർ

നോക്കി വളർത്തിയ കുട്ടികൾ വലുതായപ്പോൾ അവരുടെ ഓർമ്മകളിൽ നിന്ന് ആ വ്യക്തിത്വം വരച്ചെടുക്കാൻ ജോൺ മലൂഫിനെപ്പോലുള്ള ചരിത്രകാരന്മാരും ചിത്ര സംരക്ഷകരും ശ്രമിച്ചിരുന്നു. മിക്കപ്പോഴും പുരുഷന്റെ മേൽക്കുപ്പായവും ഷൂസും ധരിച്ച് വലിയ തൊപ്പിയുമിട്ട് തെരുവിലെത്തുന്ന മേയ് എർ പല ചിത്രങ്ങളും പകർത്തി. എന്നാൽ അവയൊന്നും ആരെയും കാണിച്ചില്ല. ഒഴിവുവേളകളിൽ സിനിമകൾ കണ്ടാണ് ഇംഗ്ലീഷ് കൂടുതൽ മനോഹരമാക്കിയത്. ഫെമിനിസ്റ്റും ചലച്ചിത്ര നിരൂപകയും സോഷ്യലിസ്റ്റുമായിരുന്നു അവരെന്നും മലൂഫ് എഴുതി.

1959 ൽ പുറപ്പെട്ട വിദേശയാത്ര ഒരുവർഷം നീണ്ടു. ഈജിപ്ത്, ഇറ്റലി, തെക്കുപടിഞ്ഞാറൻ അമേരിക്ക, ഗ്രീസ്, ഫിലിപ്പൈൻസ്, തായ്ലൻഡ്, ചൈന തുടങ്ങിയ രാജ്യങ്ങളിലെ വൻ നഗര ഹൃദയങ്ങൾ തൊട്ടായിരുന്നു ആ സഞ്ചാരം. അതിനുള്ള പണം കണ്ടെത്തിയതാകട്ടെ കുടുംബത്തിന്റെ തോട്ടം വിറ്റും. 1970 കളിൽ മേയ് എർ, ഫിൽ ഡോണാഹ്യൂസിന്റെ കുട്ടികളുടെ ആയയായും കുറച്ചുകാലം നിന്നു. മാദ്ധ്യമരംഗത്തെ പ്രശസ്തനും ധനാഢ്യനുമായിരുന്നു അദ്ദേഹം. എഴുത്തുകാരനും സിനിമാ നിർമ്മാതാവും ടെലിവിഷൻ അവതാരകനുമൊക്കെയായി പേരെടുത്ത ഫിൽ വിഭാവനം ചെയ്ത ടോക്ക്ഷോയിലാണ് ആദ്യമായി പ്രേക്ഷക സാന്നിദ്ധ്യമുണ്ടാകുന്നത്. യുദ്ധപ്രതിസന്ധി, മനുഷ്യാവകാശം, ഗർഭഛിദ്രം, ഉപഭോക്തൃ സംരക്ഷണം തുടങ്ങിയ വിഷയങ്ങളെല്ലാം 'ഡോണാഹ്യൂ' എന്ന പംക്തിയിൽ ചർച്ചചെയ്യപ്പെട്ടു. ഈ പശ്ചാത്തലം മേയ് എറിലും സ്വാധീനമായിട്ടുണ്ടാകണം. അവിടുന്ന് മാറി മറ്റൊരിടത്ത് ജോലിക്ക് പോയപ്പോൾ 200 ചെറിയ പെട്ടികളും ഒപ്പമെടുത്തു. ഫോട്ടോകളും നെഗറ്റീവുകളുമായിരുന്നു ഏറെയും. എന്നാൽ തിരിച്ചു പോകുമ്പോൾ അവ മുഴുവനും കൊണ്ടുപോകാനായില്ല. താനെടുത്ത ഫോട്ടോകൾ വന്ന പഴയ പത്രങ്ങളും ആളുകളുമായി സംസാരിച്ചതിന്റെ ടേപ്പുകളും കൈയിൽക്കരുതി പെട്ടികൾ ഉപേക്ഷിച്ചു. ഒടുവിൽ ജോൺ മലൂഫ് 2007ൽ നടത്തിയ അന്വേഷണമാണ് പ്രശസ്ത ഫോട്ടോകൾക്ക് ജീവൻ നല്കിയത്. അവ അമേരിക്ക, ബ്രിട്ടൻ, ജർമ്മനി, ഡെന്മാർക്ക്, നോർവേ, ബെൽജിയം തുടങ്ങിയ രാജ്യങ്ങളിൽ പ്രദർശിപ്പിക്കാനും അദ്ദേഹം മുൻകൈയെടുത്തു. പ്രശസ്ത രചനകൾ വിവിധ മാഗസിനുകൾ പ്രസിദ്ധീകരിക്കുകയുമുണ്ടായി.

1950 – 60 കളിലെ തെരുവു കാഴ്ചകളായിരുന്നു മേയ് എറിന്റെ കേന്ദ്രപ്രമേയം. കുട്ടികൾ, കറുത്ത പരിചാരികമാർ, അലഞ്ഞുതിരിഞ്ഞു നടക്കുന്നവരും യാചകരും എന്നിങ്ങനെയുള്ള തെരുവു ദുരിതങ്ങളിലേക്കായിരുന്നു ശ്രദ്ധ. പിഞ്ഞിത്തൂങ്ങിയ വസ്ത്രം ധരിച്ച് ഭക്ഷണമില്ലാതെ കുനിഞ്ഞിരിക്കുന്ന തൊഴിൽ രഹിതരും അടിച്ചമർത്തപ്പെട്ട കറുത്തവർഗ്ഗക്കാരുമെല്ലാം അതിന്റെ അനുബന്ധങ്ങൾ.

ഒരു പുസ്തകത്തിന്റെ ജോലിയുമായി ബന്ധപ്പെട്ട തെരച്ചിലിനിടെയാണ് ജോൺ മലൂഫിന്റെ കൈളിലേക്ക് മേയ് എർ എടുത്ത ഫോ

ചിക്കാഗോ തെരുവിലെ യാചകൻ

ട്ടോകളെത്തിയത്. വീട്ടുവാടക കൊടുക്കാനില്ലാത്ത അവസ്ഥയിൽ ഇറങ്ങി പ്പോരേണ്ടി വന്നപ്പോൾ അവർ ഫോട്ടോകൾ അവിടുത്തെ ലോക്കറിൽ തള്ളി. ഇവയാണ് മലൂഫ് കണ്ടെടുത്തത്. ഫോട്ടോഗ്രാഫർ ആരാണെന്ന് മനസ്സിലാക്കാൻ ഏറെ സമയമെടുത്തു. എന്നാൽ വിശദാംശങ്ങൾ കിട്ടി യതാകട്ടെ മേയ് എറിന്റെ മരണശേഷവും. 2009 ഏപ്രിൽ 22 ന്റെ *ചിക്കാ ഗോ ട്രിബ്യൂണി*ലെ മരണവാർത്തയായിരുന്നു വഴികാട്ടി.

അസാദ്ധ്യമായ നിലയിലുള്ള ഫോട്ടോകൾ കണ്ട് അന്തംവിട്ട മലൂ ഫ് മേയ് എറിനെക്കുറിച്ച് ഒരു പുസ്തകമിറക്കാനും മുന്നിട്ടിറങ്ങി. അങ്ങനെയാണ് 2011 നവംബറിൽ *വിവിയൻ മേയ് എർ: സ്ട്രീറ്റ് ഫോട്ടോ ഗ്രാഫർ* ഇറങ്ങിയതും. ജീവിതത്തിന്റെ അവസാനകാലത്ത് പറഞ്ഞറിയി ക്കാനാവാത്ത ഭാരമായിരുന്നു മേയ് എറിന്റെ മുതുകത്ത്. വീടില്ലാതെ, ആളില്ലാതെ ഏകയായ അവർ വൃദ്ധസദനത്തിൽപ്പോലും അഭയംതേടി. ഒടുവിൽ പണ്ട് പരിചരിച്ച കുട്ടികൾ ചിക്കാഗോയിലെ റോഗേർസ് പാർ ക്കിനടുത്ത് അപ്പാർട്ട്മെന്റ് വാങ്ങി നല്കുകയായിരുന്നു. 2008 ൽ റോഡി ലെ ഐസു കട്ടയിൽ തട്ടി തെന്നിവീണ അവർ പിന്നെ സാധാരണ ജീവിതത്തിലേക്ക് കരകയറിയില്ല.

വിഭജനത്തിന്റെ മുറിവുകൾ

ഇന്ത്യാ ചരിത്രത്തിലെ ഏറ്റവും ആഴമേറിയ മുറിവായിരുന്നു മതാടിസ്ഥാനത്തിലുള്ള വിഭജനം. 1947 ആഗസ്ത് 15 ന് സ്വാതന്ത്ര്യത്തിന്റെ ആഹ്ലാദങ്ങളെ കറുപ്പടിപ്പിക്കുന്നതായിരുന്നു ആ വെട്ടിമുറിക്കൽ. ഭൂമിശാസ്ത്രപരമായ അതിരിടൽ ഇന്ത്യയിലെയും പാകിസ്ഥാനിലെയും സാധാരണ മനുഷ്യർക്ക് കനത്ത ആഘാതമായി. ഒന്നേകാൽ കോടി ജനങ്ങളുടെ വേരറുത്ത രാഷ്ട്രീയ ദുരന്തം പത്തുലക്ഷം ശവങ്ങൾ ചിതറിത്തെറിപ്പിച്ചു. കൂട്ടപ്പാലായനങ്ങളും കുടിയേറ്റങ്ങളും അങ്ങോട്ടുമിങ്ങോട്ടുമുണ്ടായി. വൃദ്ധരും സ്ത്രീകളും കുട്ടികളും അനുഭവിച്ച കഷ്ടതകൾ വിവരണാതീതമായിരുന്നു. അന്നത്തെ മനഃശാസ്ത്രപരമായ അകൽച്ച ഇന്ത്യയും പാകിസ്ഥാനും തമ്മിലുള്ള ആയുധമത്സരങ്ങളിലേക്കും ഏറ്റുമുട്ടലിലേക്കും വളരുകയുമുണ്ടായി. പൊതുവിൽ ദരിദ്രമായ ഇരുരാജ്യങ്ങളും ക്ഷേമപദ്ധതികൾക്കായി മാറ്റിവെക്കേണ്ട തുക യുദ്ധ സന്നാഹങ്ങൾക്കായി പൊടിച്ചുതീർക്കുകയാണ്.

ഹൃദയം നുറുങ്ങിയ വിഭജനത്തിന്റെ ദുരന്ത സങ്കടങ്ങളിലേക്ക് രാഷ്ട്രീയ ഗ്രന്ഥങ്ങളും കവിതകളും സർഗ്ഗാത്മക കൃതികളും ചലച്ചിത്രങ്ങളും കണ്ണീർ സ്പർശത്തോടെ കടന്നുപോയിട്ടുണ്ട്. ലാരി കോളിൻസും ഡൊമനിക് ലാപിയറും എഴുതിയ *ഫ്രീഡം അറ്റ് മിഡ്നൈറ്റ്*, സൽമാൻ റഷ്ദിയുടെ *മിഡ്നൈറ്റ് ചിൽഡ്രൺ*, ഖുഷ്വന്ത് സിങ്ങിന്റെ *ട്രെയ്ൻ ടു പാകിസ്ഥാൻ* – തുടങ്ങിയ വ്യത്യസ്ത ശ്രേണിയിലെ കൃതികൾ പ്രശസ്തം. ഫെയ്സ് അഹമ്മദ് ഫെയ്സ, ഭീഷ്മ സാഹ്നി, ബാപ്സി സിദ്വാ – തുടങ്ങിയ കവികളും നെഞ്ചുപൊട്ടുന്ന ശബ്ദത്തിൽ അതേക്കുറിച്ച് പാടി. ഋത്വിക് ഘട്ടക്, നെമായ് ഘോഷ്, മോമൾ ഗൻധാർ തൊട്ടുള്ളവർ അതിന് ചലച്ചിത്ര വ്യാഖ്യാനവും നല്കി. ഇവയെക്കാളെല്ലാം അനുഭവിപ്പിച്ചവയാ

മാർഗരറ്റ് ബൗർക്കെ വൈറ്റ്

യിരുന്നു മാർഗരറ്റ് ബൗർകെ വൈറ്റിന്റെ ക്യാമറാ കാവ്യം. ആ പരമ്പരയിലെ ഓരോ ഫോട്ടോയും ഇനിയും സംഭവിക്കാൻ പാടില്ലാത്ത തെറ്റുകൾ ഓർമ്മപ്പെടുത്തുന്നുണ്ട്.

അമേരിക്കൻ ഫോട്ടോഗ്രാഫറായ മാർഗരറ്റ് പല ചരിത്രസംഭവങ്ങളുടെയും ദൃക്സാക്ഷിയായിരുന്നു. സോവിയറ്റ് വ്യാവസായിക നേട്ടങ്ങളുടെ ചിത്രമെടുക്കാൻ ആദ്യം അനുമതി ലഭിച്ച വിദേശി. ആദ്യ വനിതാ യുദ്ധ ഫോട്ടോഗ്രാഫർ. *ലൈഫ്* മാഗസിനിലെ പ്രഥമ ക്യാമറക്കാരി–എന്നിങ്ങനെ വിശേഷണങ്ങളുടെ ഖ്യാതി ഇനിയും നീളും. എൻജിനീയറായിരുന്ന അച്ഛൻ ജോസഫ് വൈറ്റിന്റെയും അമ്മ മിന്നി ബൗർകെയുടെയും സ്വാധീനം മാർഗരറ്റിൽ ഏറെയായിരുന്നു. ചെയ്യുന്ന കാര്യങ്ങളിലെ പൂർണ്ണതയും തുടർന്നുള്ള സ്വയം വളർച്ചയും അവരിൽനിന്ന് ലഭിച്ചതാണ്. സ്വതന്ത്ര ചിന്തകൾക്കും ആ ദമ്പതിമാർ തടസ്സമായിരുന്നില്ല. ചെറുപ്പത്തിലെ വിനോദം എന്ന നിലയിലാണ് മാർഗരറ്റിൽ ഫോട്ടോഗ്രാഫി കുടിയേറിയത്. ഇത് കണ്ടറിഞ്ഞ അച്ഛൻ ക്യാമറ വാങ്ങിക്കൊടുത്ത് പ്രോത്സാഹിപ്പിച്ചു. ഇതേത്തുടർന്ന് കൊളംബിയ സർവ്വകലാശാലയിൽ പഠിക്കാൻ ചേർന്നു. ക്ലാരൻസ് ഹഡ്സൺ വൈറ്റിന്റെ കീഴിലെ ചിട്ടകൾ അവയ്ക്കൊരു അക്കാദമിക പിൻബലം നല്കുകയുമുണ്ടായി. ഫോട്ടോസെഷൻ പ്രസ്ഥാനത്തിന്റെ തുടക്കക്കാരൻ എന്ന നിലയിലും അദ്ദേഹം ശ്രദ്ധേയനായിരുന്നു. ഗ്രാമീണ അമേരിക്കയുടെ സ്പന്ദനങ്ങൾ ക്യാമറയിലൂടെ കണ്ട ഹഡ്സൺ ആൽഫ്രഡ് സ്റ്റെയ്ഗ്ലിറ്റിസിനൊപ്പം ചേർന്ന് ഫോട്ടോഗ്രാഫിയെ യഥാർത്ഥ കലാരൂപമാക്കി വളർത്തി. ന്യൂയോർക്കിലേക്ക് താമസം മാറ്റിയ അദ്ദേഹം അദ്ധ്യാപക വൃത്തിയിൽ ഒട്ടിനിന്നു. 1914 ൽ സ്വന്തം പേരിൽ ഫോട്ടോഗ്രാഫി സ്കൂൾ സ്ഥാപിക്കുകയും ചെയ്തു. ഇതിന്റെ ഗുണം ഏറ്റവുമധികം കിട്ടിയതിൽ ഒരാളായിരുന്നു മാർഗരറ്റ്. കോർത്തെൽ സർവ്വകലാശാലയിൽനിന്ന് ബിരുദം നേടിയ അവൾ ഗ്രാമീണ ക്യാമ്പസുകളുടെ പ്രത്യേകതകൾ ഒപ്പിയെടുത്തു. അവ സർവ്വകലാശാല പത്രത്തിൽ അച്ചടിച്ച് വന്നത് കുറേ ആരാധകരെ നല്കി. തുടർന്ന് ഒഹിയോവിലേക്ക് നീങ്ങിയ മാർഗരറ്റ് അവിടെ സ്റ്റുഡിയോ തുറന്നു.

1929 ൽ *ഫോർച്യൂൺ മാഗസിനിൽ* അസോസിയേറ്റ് എഡിറ്ററും സ്റ്റാഫ് ഫോട്ടോഗ്രാഫറുമായതോടെ പൂർണ്ണ സമയത്തിരക്കിലായി. അക്കാലത്താണ് സോവിയറ്റ് വ്യവസായങ്ങളുടെ ഫോട്ടോയെടുക്കാൻ അനുമതി ലഭിച്ചത്. ഏഴുവർഷത്തിനുശേഷം *ലൈഫ് മാഗസിനിൽ* ഫോർട് പെക് ഡാമിന്റെ നിർമ്മാണം പകർത്തിയത് *ലൈഫി*ന്റെ കവർ ചിത്രമായി വന്നു. അതിന്റെ പെരുമ അവിടെ നിന്നില്ല. പോസ്റ്റൽ സ്റ്റാമ്പിന്റെ ചരിത്രം ആഘോഷിക്കവെ ഡാമിന്റെ ഫോട്ടോയും പരിഗണിക്കപ്പെട്ടു. ഡൊറോത്തിയ ലാംഗിനെപ്പോലെ മാർഗരറ്റും 1937 ലെ വരൾച്ചയുടെ കെടുതികൾ അന്വേഷിച്ചുപോയി.

1939 ൽ നോവലിസ്റ്റ് എർക്സിനെ കാൾഡ്വെല്ലിനെ വിവാഹം

വിഭജനത്തിന്റെ ഭാരം

ചെയ്ത മാർഗരറ്റ് അദ്ദേഹവുമായി ചേർന്ന് *യു ഹാവ് സീൻ ദേർ ഫെയ്സസ്* എന്ന പുസ്തകമെഴുതി. സാമ്പത്തികക്കുഴപ്പത്തിന്റെ സങ്കീർണ്ണതകൾക്കിടയിൽപ്പെട്ട തെക്കൻ ഭാഗങ്ങളുടെ അവസ്ഥയായിരുന്നു പ്രതിപാദ്യം. തുടർന്ന് യൂറോപ്പിലേക്ക്. ജർമ്മനിയും ആസ്ട്രിയയും ചെക്കോസ്ലോവാക്യയും നാസിസത്തിന്റെ ചവിട്ടടിയിൽ കഴിഞ്ഞതിന്റെ കഥകളും സോവിയറ്റ് യൂണിയൻ കമ്യൂണിസ്റ്റ് രീതികളിലൂടെ മുന്നേറുന്നതിന്റെയും യാഥാർത്ഥ്യങ്ങൾ തിരയുകയായിരുന്നു ആ യാത്രയിൽ. സ്റ്റാലിന്റെ അപൂർവ്വ ചിത്രങ്ങളും അക്കാലത്ത് പിടിച്ചു. അദ്ദേഹം ചിരിച്ചുകൊണ്ടിരിക്കുന്നതടക്കം. പിന്നെ ജോർജിയയിൽപ്പോയി സ്റ്റാലിന്റെ അമ്മയുടെ ഫോട്ടോയെടുത്തു.

രണ്ടാംലോക യുദ്ധ വേളയിൽ മാർഗരറ്റ് അതിസാഹസികമായാണ് പ്രവർത്തിച്ചത്. ജർമ്മനി സോവിയറ്റ് യൂണിയനെ കടന്നാക്രമിച്ചതിന് സാക്ഷിയായ ഒരേയൊരു വിദേശ ഫോട്ടോഗ്രാഫർ. അമേരിക്കൻ എംബസിയിൽ അഭയാർത്ഥിയെപ്പോലെ കഴിഞ്ഞായിരുന്നു ആദ്യ വെടിയൊച്ചയുടെ പ്രത്യാഘാതങ്ങൾ പിടിച്ചെടുത്തത്.

നാസി ജർമ്മനിയുടെ ക്രൂരപ്രതീകമായ ബുനൻവാർഡ് കോൺസെൻട്രേഷൻ ക്യാമ്പിലെ മനുഷ്യ ഞരക്കങ്ങൾ ആദ്യം പുറംലോകമറിഞ്ഞത് മാർഗരറ്റിലൂടെ. മുന്നിലെ അതിഭീകരാവസ്ഥയ്ക്കും തന്റെ കണ്ണിനുമിടയിൽ ക്യാമറ ഉണ്ടായിരുന്നത് ചെറിയ ആശ്വാസമായെന്നാണ് അവർ പിന്നീട് പ്രതികരിച്ചത്. യുദ്ധശേഷം *ഡിയർ ഫാദർലാന്റ്*, *റെസ്റ്റ് ക്വയറ്റ്ലി* എന്ന പുസ്തകമെഴുതി ആ കെട്ടകാലത്തിന്റെ നഗ്നരൂപം പുറത്തുകൊ

ണ്ടുവരികയുമുണ്ടായി. ഇന്ത്യാവിഭജനത്തിന്റെയും അത് വരുത്തിവെച്ച അതിക്രമങ്ങളുടെയും സങ്കടാവസ്ഥ അടയാളപ്പെടുത്തിയതിലൂടെയാണ് മാർഗരറ്റ് ലോക ശ്രദ്ധയിൽ ഇടംനേടിയത്. ഗാന്ധിജി ചർക്കയിൽ നൂൽ നൂൽക്കുന്നതും ജിന്ന കസലയിരിക്കുന്നതും അതിലേക്കുള്ള കിളിവാതിലായിരുന്നു. വിജഭനത്തിന്റെ ഏറ്റവും മാരകമായ പ്രഹരങ്ങൾ വിശദാംശങ്ങൾ ചോർന്നുപോകതെ കാണിച്ചുതന്ന ഏക ഫോട്ടോഗ്രാഫറാണ് മാർഗരറ്റ്. തെരുവുകൾ നിറഞ്ഞുകവിഞ്ഞ അഭയാർത്ഥികൾ. ദീർഘ നടത്തത്തിനിടെ മരണത്തിലേക്ക് പതിച്ച സ്ത്രീകളും കുട്ടികളും. കുത്തിമലർത്തപ്പെട്ട മനുഷ്യർ തുറന്ന കണ്ണുകളുമായി വീണുകിടക്കുന്നത്. അഴുകാൻ തുടങ്ങിയ ശവങ്ങൾ. വൃദ്ധഭാര്യമാരെ തലയിലും ചുമലിലുമേറ്റിയുള്ള വയോധികരുടെ ഭാവം. വിറക് തീർന്നതിനാൽ എണ്ണയൊഴിച്ച് ശവങ്ങൾ തീയിടുന്ന യുവാക്കൾ. പാകിസ്ഥാനിലേക്കുള്ള തീവണ്ടിയെ യാത്രയാക്കുന്ന ദൃശ്യം –മാർഗരറ്റിന്റെ കണ്ണുകൾ അടഞ്ഞതേയില്ല. ഇത്തരം ഫോട്ടോകളിൽനിന്ന് തെരഞ്ഞെടുത്ത 66 എണ്ണം ഖുഷ്വന്ത് സിങ്ങിന്റെ *ട്രെയിൻ ടു പാകിസ്ഥാന്റെ* 2006 ലെ പതിപ്പിൽ ചേർത്തത് അവയ്ക്ക് പിന്നെയും ജീവൻ നല്കി. നാഥുറാം ഗോഡ്സെ വെടിയുണ്ടയിലൂടെ അവസാനിപ്പിക്കുന്നതിന് മണിക്കൂറുകൾ മുമ്പ് മാർഗരറ്റ് ഗാന്ധിജിയെ അഭിമുഖം നടത്തുകയും ഫോട്ടോകളെടുക്കുകയുമുണ്ടായി.

നാസി ഭീകരത

ലക്ഷക്കണക്കിന് മനുഷ്യരെ കോൺസെൻട്രേഷൻ ക്യാമ്പുകളിലും ഗ്യാസ് ചേമ്പറുകളിലും നരകിപ്പിച്ച അഡോൾഫ് ഹിറ്റ്ലറുടെ ക്രൂരതകൾക്ക് ചരിത്രത്തിൽ സമാനതയില്ല. വംശമേന്മാ സിദ്ധാന്തം അടിച്ചേല്പിച്ചായിരുന്നു നരഹത്യകൾ. അതിന് സാധൂകരണം നല്കുംവിധം സ്വന്തം ആത്മകഥയായ *മെയ്ൻകാംഫ്*. ഫാസിസ്റ്റുകളുടെ പ്രായോഗിക പ്രവർത്തനങ്ങൾക്ക് ഇന്ധനമായ അതിൽനിന്ന് വാക്കുകൾ കൊലക്കത്തികളായി ചാടി വീഴുകയായിരുന്നു. *മെയ്ൻകാംഫി*ലെ ഓരോ വാക്കും 125 ജീവിതങ്ങൾ നഷ്ടമാക്കി. ഓരോ പേജിനും 47,000 മരണങ്ങൾ. ഓരോ അദ്ധ്യായത്തിനും 12,00,000 എന്നാണ് നോർമൻ കസിൻസ് നിരീക്ഷിച്ചത്.

ഗ്രന്ഥപ്പുരകൾ തകർത്ത് പുസ്തകങ്ങൾക്ക് തീയിടൽ. ജൂതന്മാരായ ഡോക്ടർമാർമാരുടെ ക്ലിനിക്കുകളിലേക്ക് പോകുന്ന രോഗികളെ തടയൽ. അഭിഭാഷകരുടെ ഓഫീസുകൾക്കുമുന്നിൽ ഭീഷണിയുടെ ബോർഡുകൾ തൂക്കൽ. കുട്ടികളിലും സ്ത്രീകളിലും കേട്ടാലറയ്ക്കുന്ന വൈദ്യശാസ്ത്ര പരീക്ഷണം. ഇതിന്റെ വിപുലമായ തുടർച്ചയായിരുന്നു കോൺസെൻട്രേഷൻ ക്യാമ്പുകളിൽ. മ്യൂണിക്കിനടുത്ത ഡാഹൗവിലായിരുന്നു ആദ്യത്തേത്. ഒന്നാമത്തെ മരണ ഫാക്ടറി. പന്ത്രണ്ട് വർഷത്തിനിടയിൽ എഴുപതിനായിരം മനുഷ്യരാണ് അവിടെ പിടഞ്ഞുവീണത്. പോളണ്ടിലെ 'നരകവാതിൽ' തിന്നുതീർത്തത് പതിനായിരങ്ങളെ.

മനുഷ്യത്വത്തിന്റെ ആ ശ്മശാനങ്ങളെക്കുറിച്ച് ചില എഴുത്തുകളുമുണ്ടായി. കരച്ചിലിൽ പൊതിഞ്ഞ അനുഭവ വിവരണങ്ങൾ. ആൻഫ്രാങ്കും മേരി ബർഗും മറ്റും കരുതിവെച്ച ഓർമ്മകൾ വായനക്കാരുടെ കൈകളിൽ കിടന്ന് വിറയ്ക്കാതിരിക്കില്ല. ഇടുങ്ങിയ കൊലമുറികളിൽ ശവങ്ങൾക്ക് മറിഞ്ഞുവീഴാൻപോലും കഴിഞ്ഞിരുന്നില്ല. അക്കാലത്ത് കാരുണ്യവും

മരണം വിഴുങ്ങുംമുമ്പ് ചിരിതൂകി നില്ക്കുന്ന ജൂത യുവതി.

സ്നേഹവും മനുഷ്യത്വവും മരവിച്ചപ്പോൾ ജീവൻ നിലവിളിച്ചോടുകയായിരുന്നു. അനുഭവക്കുറിപ്പുകളും ചരിത്രപഠനങ്ങളും നാസി രേഖകളും ഫാസിസ്റ്റ് ഉദ്യോഗസ്ഥ മേധാവികളുടെ ഡയറികളുമെല്ലാം ക്രൂരത തീതുപ്പിയ ഇരുട്ടിന്റെ എത്രയോ വശങ്ങൾ പുറത്തുകൊണ്ടുവന്നിട്ടുണ്ട്. അവപോലെ പ്രധാനമാണ് അക്കാലത്തെ ഫോട്ടോകളും. ഹിറ്റ്ലറുടെ സ്വന്തം ഫോട്ടോഗ്രാഫറായ ഹൂഗോ ജയ്ഗെർ ഒപ്പിയെടുത്തവ അതിൽ എടുത്തുപറയേണ്ടതുമാണ്. ഫാസിസ്റ്റ് അനുഭാവിയായിരുന്ന അയാൾ ഹിറ്റ്ലറുടെ 'സിംഹപദവി'യും നാസി സായുധസേനകളുടെ 'വിജയങ്ങ'ളും ഊട്ടിയുറപ്പിക്കാനാണ് ആ ചിത്രങ്ങൾ ഉപയോഗിച്ചതെങ്കിലും അതിനപ്പുറം ചില യാഥാർത്ഥ്യങ്ങൾ അറിയാതെ പറഞ്ഞുപോകുന്നുണ്ട്. ജൂതന്മാരും മറ്റും വലിച്ചിഴയ്ക്കപ്പെട്ട ക്രൂരതയുടെ ഭീകരമുഖം തെളിയുണ്ടെന്നർത്ഥം. കലാ-സാഹിത്യ സൃഷ്ടികളുടെ രചയിതാക്കളുടെ വർഗ്ഗ പക്ഷപാതിത്വവും ജീവിത പാശ്ചാത്തലവും മറികടന്നുപോകുന്ന സന്ദേശങ്ങൾ അവയിലുണ്ടാകാറുണ്ടെന്നതാണ് വാസ്തവം. ബൽസാക്കിന്റെ കൃതികൾ മുൻനിർത്തി ഫ്രെഡറിക് എംഗൽസ് നടത്തിയ നിരീക്ഷണങ്ങൾ അത്തരമൊരു പരിമിതി അതിജീവിച്ചതിന്റെ സാധൂകരണവുമാണ്. പൂതലരിച്ചു തുടങ്ങിയ ഒരു വിഭാഗത്തിന്റെ പ്രതിനിധിയായിരുന്നിട്ടും ബൽസാക്ക് സാമൂഹ്യമായ കാഴ്ചപ്പാട് പുലർത്തിയിരുന്നു.

ജയ്ഗെർ പകർത്തിയ ഹിറ്റ്ലർ കാല ഫോട്ടോകൾ നാസി പ്രചാരയുദ്ധത്തിലെ പ്രധാന ഇനമായിരുന്നപ്പോഴും മനുഷ്യത്വത്തിന്റെയും വ്യക്തികളുടെ അന്തസ്സിന്റെയും നേർക്ക് ചാടിവീണ ധിക്കാരങ്ങൾ തുറന്നുകാട്ടുകയും ചെയ്തു. 1936 മുതൽ ഒരു ദശാബ്ദം അയാൾ ഹിറ്റ്ലറുടെ സന്തത സഹചാരിയായിരുന്നു. ഒരു ഘട്ടത്തിൽ ഉപജാപക വൃന്ദത്തിൽ ഇടം നേടി. എല്ലാ യാത്രകളിലും ഹിറ്റ്ലർ ഒപ്പം കൂട്ടി. കളർ ഫോട്ടോകൾ അത്ര പ്രചാരത്തിലില്ലാതിരുന്നപ്പോൾ ഹിറ്റ്ലറുടെ രണ്ടായിരത്തിലധികം വർണ്ണച്ചിത്രങ്ങളെടുത്തു ജയ്ഗെർ. എക്കാലവും നാസികൾ വിജയപതാക വീശി മുന്നേറുമെന്ന മൂഢവിശ്വാസത്തിലായിരുന്നു അയാൾ. എന്നാൽ രണ്ടാംലോക യുദ്ധത്തിലെ നാണംകെട്ട വീഴ്ച ധൈര്യം അക്ഷരാർത്ഥത്തിൽ ചോർത്തിക്കളഞ്ഞു. യുദ്ധക്കോടതിയിൽ സംസാരിക്കുന്ന തെളിവുകളാകുമോ എന്ന് ഭയപ്പെട്ടതിനാൽ ഫോട്ടോകൾ ഒളിപ്പിക്കുകയായിരുന്നു. മ്യൂണിക്കിനടുത്ത അപ്പാർട്മെന്റിൽ 12 ചില്ലുപാത്രങ്ങളിലാക്കി അവ കുഴിച്ചുമൂടി. അവിടെ അമേരിക്കൻ സൈനികർ യാദൃച്ഛികമായെത്തിയത് എല്ലാം നഷ്ടപ്പെടുമെന്ന അവസ്ഥയുണ്ടാക്കി. എന്നാൽ അവിടെക്കണ്ട വിശിഷ്ട മദ്യത്തിൽ ആകൃഷ്ടരായ അവർ ജയ്ഗെർക്കൊപ്പം അത് അകത്താക്കുകയായിരുന്നു. പിന്നീട് എല്ലാം മറവിയിലായി.

1955 ൽ രഹസ്യമായി അവിടെയെത്തിയ ജയ്ഗെർ ഫോട്ടോകൾ മാന്തിയെടുത്തു. അവ ബാങ്ക് ലോക്കറിൽ നിക്ഷേപിക്കുകയും ചെയ്തു. 1965 ൽ ഫോട്ടോകൾ വൻ പ്രതിഫലം വാങ്ങി *ലൈഫ് മാഗസിന്* കൈമാറി.

ഹിറ്റ്ലറുടെ സ്വകാര്യ - സാമൂഹ്യ ജീവിതത്തിന്റെ പല രംഗങ്ങളും ലോകം ആദ്യമായി കാണുന്നത് *ലൈഫ് മാഗസിനി*ലൂടെ. അയാൾ ജർമ്മൻ സൈനികരെ അഭിവാദ്യം ചെയ്യുന്നതും 1941 ലെ ക്രിസ്തുമസ് വിരുന്നിൽ പങ്കെടുത്തതും 1939 ൽ ബർലിനിൽ നടന്ന വാഹന പ്രദർശനത്തിനെത്തിയതും ഒരു ബോട്ടിൽ യാത്രചെയ്തതുമടക്കം അപൂർവ്വമായവ. ഒരു പതിറ്റാണ്ട് രഹസ്യ അറയ്ക്കുള്ളിൽ തള്ളുകയും പിന്നെ അതേ കാലയളവ് ബാങ്ക് ലോക്കറിലിടുകയും ചെയ്തതിനാൽ പല ഫോട്ടോകൾക്കും ചെറിയ പരിക്കേല്ക്കുകയുണ്ടായി. ചില കലാവിദഗ്ദ്ധരാണ് അവ മെച്ചപ്പെടുത്തിയത്.

പോളണ്ടിലേക്ക് നാസികൾ 1939 ൽ നടത്തിയ നശീകരണ ത്വരയുള്ള കടന്നുകയറ്റത്തിനും ജയ്ഗെർ സാക്ഷിയായി. കരിമ്പിൻ തോട്ടത്തിൽക്കയറിയ ആനക്കൂട്ടത്തെപ്പോലെ എല്ലാം അവർ തകർത്ത് തരിപ്പണമാക്കി. കണക്കെടുക്കാനാവാത്ത നാശനഷ്ടങ്ങൾ. ജനങ്ങളെ തടവുകാരായി പിടിച്ചുവെച്ച ഗെറ്റോകൾ മനുഷ്യവാസത്തിന് പറ്റാത്തവിധത്തിലായിരുന്നു. ഇതെല്ലാം ജയ്ഗെർ നിശ്ശബ്ദനായി ക്യാമറയിലേക്കാക്കി. സമകാലീനരായ മറ്റ് ഫോട്ടോഗ്രാഫർമാരെപ്പോലെ അയാൾ ഇരകളെ കണ്ടത് എലികളും പരാദങ്ങളുമായല്ല. ഈ വ്യത്യാസം ഫോട്ടോകൾക്കുമുണ്ടായി.

കുറ്റ്നോ, വാഴ്സ പ്രദേശങ്ങളിലായിരുന്നു നാസികൾ ഏറ്റവും ആഴത്തിൽ മുറിവേല്പിച്ചത്. വീടുകൾ തകർത്ത് ജനങ്ങളെ തെരുവുകളിലേക്ക് ആട്ടിപ്പായിച്ചു. അവിടെ ടെന്റുകളിലും മരച്ചുവട്ടിലും അവർ നരകിക്കുകയായിരുന്നു. തുരുമ്പ് കയറി ഉപേക്ഷിച്ച കാറുകൾപോലും ചിലർക്ക് വീടായിമാറി. അവിടങ്ങളിൽ വിതരണം ചെയ്തതാകട്ടെ പട്ടിണിറേഷനും. ജർമ്മൻ തിട്ടൂരങ്ങൾ നടപ്പിലാക്കാൻ നാസികൾ 'ജുഡെൻറാത്ത്' എന്ന് പേരിട്ട ജൂത കൗൺസിലിനും രൂപംനല്കി. അവകാശങ്ങളില്ലാത്ത അടിമകളെന്ന സൂചന പ്രചരിപ്പിച്ച പ്രത്യേക മഞ്ഞ ബാഡ്ജ് ജൂതന്മാർക്ക് നിർബ്ബന്ധമാക്കി ആ കൗൺസിൽ. പുറത്തിറങ്ങുമ്പോൾ അത് ധരിക്കണമായിരുന്നു. ഇത്തരം ദുർഘടാവസ്ഥകളിൽ അരഞ്ഞുതീരുമ്പോഴും അവർ സ്വയം പുനർനിർമ്മിക്കാൻ ശ്രമിച്ചുകൊണ്ടിരുന്നു. ഇത്തരം സമാന്തര രേഖകൾ കാണാമെന്നതായി

ഹ്യൂഗോ ജയ്ഗെർ

രുന്നു ജയ്ഗെറിന്റെ ഫോട്ടോകളുടെ പ്രത്യേകത.

1940 ൽ കുറ്റ്നോവിലെ മുഴുവൻ ജൂതന്മാരെയും ഘെറ്റോകളിലേക്ക് തെളിച്ചു. 8000 പേരെ പഴയ പഞ്ചസാര ഫാക്ടറിയുടെ അടിയിൽ മൃഗങ്ങളെപ്പോലെ തള്ളുകയായിരുന്നു. പട്ടിണിയും രോഗങ്ങളും വൃത്തിയില്ലായ്മയും ഇതിൽ ഏറെപ്പേരെ കൊന്നുതിന്നുകയുമുണ്ടായി. ചെറുതായി ജീവൻ തുടിച്ചവരെ കുലുംഹോൾഫ് ക്യാമ്പിലേക്ക് വലിച്ചിഴച്ചു. വംശഹത്യയുടെ ആദ്യ പരീക്ഷണം. സഞ്ചരിക്കുന്ന ഗ്യാസ് ചേമ്പറുകളും ഇറക്കി അവിടെ. വാഴ്സയിലെ ഘെറ്റോ 'വൃത്തിയാക്കൽ' 1942 ജൂലൈയിലാണ് ആരംഭിച്ചത്. മൂന്നുമാസംകൊണ്ട് നാസി ദൗത്യം പൂർത്തിയായി. പിന്നെ മൂന്നുലക്ഷം ജൂതന്മാരെ ട്രെബ്ലിങ്ക മരണ ക്യാമ്പിലേക്ക് തെളിച്ചു. കന്നുകാലികളെ കയറ്റുന്ന ഗുഡ്സ് ട്രെയിനിലായിരുന്നു അവരുടെ അന്ത്യയാത്ര. മരണത്തിലേക്കാണോ സ്ഥിരമായ അംഗ വൈകല്യത്തിലേക്കാണോ ഭ്രാന്തിന്റെ ഉറഞ്ഞു തുള്ളലിലേക്കാണോ എന്ന് നിശ്ചയമില്ലാത്ത മനുഷ്യരുടെ നിഷ്കളങ്കഭാവങ്ങളും ജയ്ഗെറുടെ ഫോട്ടോകൾ പങ്കുവെക്കുന്നു. കലാ നിരൂപകനായ പോൾ ഹാരീസ്, അതിസുന്ദരിയായ ജൂത യുവതി ചിരിച്ചുകൊണ്ടിരിക്കുന്ന ഫോട്ടോയെക്കുറിച്ച് പ്രത്യേകം പറയുന്നുണ്ട്. സിനിമാ നടിയെപ്പോലെ അത്യാകർഷണത്വമുള്ള അവളെ മരണം വിഴുങ്ങുംമുമ്പ് പകർത്തുകയായിരുന്നു ജയ്ഗെർ.

വിയത്ബാക് ഗുഹയിലെ ഹോചിമിൻ

വിയത്നാമിലെ അമേരിക്കൻ അധിനിവേശം 31 ലക്ഷം മനുഷ്യരെയാണ് ചവച്ചുതുപ്പിയത്. യുദ്ധഭ്രാന്ത് ഏറ്റവും മാരകമായ 'ഏജന്റ് ഓറഞ്ച്' വാരിക്കോരി ഒഴിക്കുന്നതിനും മടിച്ചില്ല. 1961 മുതൽ ആറുവർഷം രണ്ടു കോടി ഗാലൻ വിഷവസ്തുക്കളാണ് വിതറിയത്. 60 ലക്ഷം ഏക്കർ പാടങ്ങൾ വിണ്ടുകീറി. 13000 കന്നുകാലികൾ ചത്തുവീണ കാഴ്ച ദയനീയമായിരുന്നു. വിജയം അസാദ്ധ്യമായ ഘട്ടത്തിലും അമേരിക്ക ആയിരക്കണക്കിന് ഗ്രാമീണരെയാണ് കൊന്നുതള്ളിയത്. കുപ്രസിദ്ധങ്ങളായ എത്രയോ കൂട്ടക്കൊലകൾ.

ലോകചരിത്രത്തിലേറ്റവും ശക്തവും സമ്പന്നവുമായ അമേരിക്ക പരമാവധി സൈനിക ബലത്തോടെ ഒരു ചെറു കാർഷിക രാജ്യത്തിന്റെ ദേശീയ വിപ്ലവ പ്രസ്ഥാനത്തെ വീഴ്ത്താൻ ശ്രമിക്കുകയും പരാജയപ്പെടുകയുമായിരുന്നു. അമേരിക്ക തോറ്റു പിന്മാറുമ്പോഴേക്കും വിയത്നാമിൽ 70 ലക്ഷം ടൺ ബോംബുകൾ വിതറി. ഒരാളുടെ മേൽ രണ്ടു ക്വിന്റൽ എന്ന തോതിൽ. രണ്ടാംലോക യുദ്ധവേളയിൽ യൂറോപ്പിലും ഏഷ്യയിലും വർഷിച്ച ബോംബുകളുടെ ഇരട്ടിയായിരുന്നു അത്. ഈ ധാർഷ്ട്യത്തിനെതിരെ ജനങ്ങളെ അണിനിരത്തി പൊരുതിയ കമ്യൂണിസ്റ്റ് പാർട്ടിക്ക് ധീര നേതൃത്വം നല്കിയതാവട്ടെ ഹോചിമിനും. ഗുയൻ താക് താൻ എന്നതായിരുന്നു പൂർണ്ണപേര്. ജനനം 1890 മെയ് 19 ന്.

1911 മുതൽ നടത്തിയ വിദേശ യാത്രകൾ പുതിയ ഭൂഖണ്ഡങ്ങളും അവയിലെ ചൂഷണങ്ങളും ബോദ്ധ്യപ്പെടുത്തുന്നതായിരുന്നു. അക്കാലത്ത് പല ജീവിതവേഷങ്ങളുമണിഞ്ഞു. ഫ്രാൻസിൽ ചായക്കടയിലെ സഹായിയായിപ്പോലും പ്രവർത്തിച്ചു. അമേരിക്കയിലെത്തിയപ്പോൾ പാർക്കർ ഹൗസ് ഹോട്ടലിലെ ബേക്കറിക്കാരനായി. ബ്രിട്ടനിൽ ഡ്രേടൺ കോർട്

ഹോട്ടലിലായിരുന്നു ജോലി. കൊറിയയിലെത്തി അവിടത്തെ ദേശീയ വാദികളുമായി നടത്തിയ ചർച്ചകളും കൂടിയാലോചനകളും രാഷ്ട്രീയ കാഴ്ചപ്പാട് രൂപപ്പെടുത്തുന്നതിന് സഹായകമായി. ഫ്രാൻസിൽ സോഷ്യലിസ്റ്റ് നേതാക്കളുമായുള്ള സഹവാസം ഗാഢമായിരുന്നു. മാഴ്സൽ കാസിനെപ്പോലുള്ളവരുമായുള്ള അടുപ്പം പത്ര–പ്രസിദ്ധീകരണങ്ങളിൽ ഇടപെടാനും അവസരമുണ്ടാക്കി. ചില മാഗസിനുകളിൽ ലേഖനങ്ങളും ചെറുകഥകളുമെഴുതി ഹോചിമിൻ അറിയപ്പെട്ടു.

1920 ഡിസംബർ 25 മുതൽ 30 വരെ ചേർന്ന ഫ്രഞ്ച് സോഷ്യലിസ്റ്റ് പാർട്ടിയുടെ കോൺഗ്രസിൽ ഹോ പങ്കെടുത്തു. ടൂർസ് നഗരത്തിലായിരുന്നു സമ്മേളനം. ഫ്രഞ്ച് കൊളോണിയൽ ചൂഷണത്തിനെതിരെ ആ മുപ്പതുകാരൻ ഉജ്ജ്വല പ്രസംഗം നടത്തി. ഫ്രാൻസും തെക്കുകിഴക്കനേഷ്യയും തമ്മിലുള്ള ബന്ധത്തിന്റെ സൂചന ശക്തമാക്കിയെന്നതുപോലെ ടൂർസ് കോൺഗ്രസ്, കമ്യൂണിസ്റ്റ് പാർട്ടി രൂപീകരണത്തിനും പ്രചോദനമായി. വിയത്നാം വിമോചന പോരാട്ടത്തിന്റെ വഴിയിൽ അത് സ്വാധീനവും ചെലുത്തി. ഫ്രഞ്ച് കമ്യൂണിസ്റ്റ് പാർട്ടി സ്ഥാപകരിലൊരാളുമായി ഹോ. ദേശസ്നേഹി എന്നർത്ഥമുള്ള ഗുയൻ അയ് ക്യോക് എന്ന പേര് സ്വീകരിച്ചത് അക്കാലത്താണ്. 1941 ഫെബ്രുവരിയിൽ മാതൃരാജ്യത്ത് തിരിച്ചെത്തിയ ഹോ, പാക് ബോയിലെ വിയത്ബാക് ഗുഹയിൽ പാർട്ടി ആസ്ഥാനമുണ്ടാക്കി. ചൈനീസ് –വിയത്നാം അതിർത്തിയിലെ ആ പ്രദേശത്തെ ഭൂരിപക്ഷം ജനങ്ങളും അപ്പോഴേക്കും കമ്യൂണിസ്റ്റ് അനുഭാവികളായി മാറിക്കഴിഞ്ഞിരുന്നു. വിപ്ലവ താവളം ഏറക്കുറെ സുരക്ഷിതം. കൊളോണിയൽ നിയന്ത്രണത്തിന് ഏറെ അകലെയാണെന്നതും ചൈനയ്ക്ക് പെട്ടെന്ന് എത്താനാവുമെന്നതുമായിരുന്നു മറ്റ് കാരണങ്ങൾ. ഗുഹയിൽ 1941 മെയ് എട്ടിന് ചേർന്ന എട്ടാം പ്ലീനം ഗറില്ലാ സമര തന്ത്രങ്ങൾക്ക് പ്രാമുഖ്യം നല്കി. 1942 ആഗസ്തിൽ ഹോ അറസ്റ്റിലായി. ചൈനീസ് നേതാക്കളുമായുള്ള ചർച്ചയ്ക്ക് നീങ്ങുമ്പോഴായിരുന്നു പിടിയിലായത്. വിചാരണ കൂടാതെ രണ്ടുവർഷം തടവിലിടുകയും ചെയ്തു.

1950–51 വർഷങ്ങളിൽ ബോങ് ഗുഹാമുഖമായിരുന്നു ചെറുത്തുനില്പിന്റെ ആലോചനാകേന്ദ്രം. 1950 ഫെബ്രുവരി 22 ന് ഉജ്ജ്വല പോരാട്ടത്തിന്റെ ആഹ്വാനമുൾക്കൊണ്ട പ്രഖ്യാപനം ഹോ നടത്തിയത് അവിടെ വച്ച്. ചില പത്രപ്രവർത്തകരോടും സംസാരിക്കുകയുമുണ്ടായി. പല ചരിത്രസംഭവങ്ങൾക്കും സാക്ഷിയായിരുന്നു ബോങ് ഗുഹ. അവിടുത്തെ താൻത്രാവോ ആൽമരത്തിനും നിലയ്ക്കാത്ത കഥകൾ പറയാനുണ്ട്. 'സെക്കുലർ വൃക്ഷം' എന്ന വിശേഷണത്തിൽ തന്നെ ചില സൂചനകൾ. ഹോചിമിന്റെ ഇത്തരം ഒളിവു പ്രവർത്തനത്തിന്റെ ഫോട്ടോകൾ അത്രയേറെ പുറം വെളിച്ചത്തിലെത്തിയിരുന്നില്ല. 2012 ൽ 122–ാം ജന്മദിനത്തിന്

ഹോചിമിൻ വിയത് ബാക് ഗുഹയിൽ

ഫ്രാൻസിൽ ഒരുക്കിയ പ്രദർശനം കുറെ രഹസ്യദൗത്യങ്ങളുടെ ചിത്ര ഭാഷ്യം കൂടിയായിരുന്നു. മെയ് 19 ന് ആരംഭിച്ച 'ലൊയിർ നദി മുതൽ മെകോങ് നദിവരെ' പ്രദർശനത്തിൽ വിയത്നാമിന്റെ പ്രകൃതിഭംഗിയും പ്രാദേശിക ജനജീവിതവും തെളിഞ്ഞു. ബാക് ഹാ കമ്പോളങ്ങളിലെ യും സ്പാകളിലെയും സംസ്കാരങ്ങളും പരിചയപ്പെടുത്തി. അവുദായ് എന്നറിയപ്പെട്ട പരമ്പരാഗത വിയത്നാം സ്ത്രീവസ്ത്രങ്ങൾ വേറെ. ഫ്രഞ്ച് ഡിസൈനർ പാസ്കൽ വലേറി തുങ് ലാമിന്റെ കരസ്പർശമായിരുന്നു അവയ്ക്ക് മിഴിവേകിയത്.

രണ്ടുവട്ടം വിയത്നാം സന്ദർശിച്ച ജെറാറോൾ ഡോമിസിന്റെ ശേ ഖരമാണ് പാരീസിൽ തുറന്നുവെച്ചത്. 50 ഫോട്ടോകളിൽ ഹോചിമിന്റെ സമരവഴികളുടെ രേഖകളുമുണ്ടായിരുന്നു. അതിൽ ഏറ്റവും രോമാഞ്ച ജനകം വിയത്ബാക് ഗുഹാവാസം. തനിച്ചിരുന്ന് വായിക്കുന്ന ഫോട്ടോ നിശ്ശബ്ദമായി പലതും പറയുന്നുണ്ട്. ഇത്തരം താവളങ്ങൾ കുഗ്രാമങ്ങളി ലെ വിദൂര സ്ഥലങ്ങളിലായിരുന്നു. റോഡിന്റെ അഭാവം കൊളോണിയൽ ശക്തികളുടെ നീക്കങ്ങൾക്ക് കനത്ത വിലങ്ങുതടിയായി. വിയത്ബാകിൽ പോരാളികൾ അതിസുരക്ഷിതരും. ഭൂഗർഭ തുരങ്കങ്ങളും മുറികളും കന ത്തവ. മിസൈലുകൾ പോലും പിന്തിരിഞ്ഞുപോകും. രഹസ്യ ചർച്ചക ളുടെ കേന്ദ്രം കൂടിയായ അവിടെവെച്ചായിരുന്നു ഹോ കൊടുങ്കാറ്റിനെ യും ശക്തിയെയും തുലനം ചെയ്ത് പ്രശസ്തമായ ഉദ്ധരണി നെയ്തെ ടുത്തതെന്ന് ജെറാറോൾ ഡോമിസ് പറയാറുണ്ടായിരുന്നു. പൈൻ– സൈ

പ്രസ് മരങ്ങൾക്ക് ശക്തിയും സ്ഥൈര്യവും തെളിയിക്കാൻ കൊടുങ്കാറ്റുകൾ മികച്ച അവസരമാണെന്ന് ഓർക്കണം എന്നായിരുന്നു പൂർണ്ണരൂപം.

1951 ഏപ്രിൽ ഒന്നിന് ഹോ, കാറ്റ് ബാ ദ്വീപിൽ വീണ്ടുമെത്തി. കൈകൾ കൂപ്പി സംരക്ഷിച്ച ആ മണ്ണിനോടും പാറക്കൂട്ടങ്ങളോടും അതീവ സ്നേഹമായിരുന്നു അദ്ദേഹത്തിന്. വർഷം തോറും കൊണ്ടാടാറുള്ള പ്രാദേശിക ഉത്സവത്തിലും ഹോ പങ്കാളിയായി.

വാൾസ്ട്രീറ്റ്

"**.....നി**ങ്ങളെടുത്ത ഫോട്ടോ യഥാർത്ഥത്തിൽ കാണുന്നവർക്ക് നിങ്ങൾ എങ്ങനെ ജീവിച്ചിരുന്നുവെന്നതിന്റെ തെളിവ് ലഭിക്കും" ഇരുപതാം നൂറ്റാണ്ടിന്റെ കാഴ്ചയ്ക്ക് സാമൂഹ്യമായ ഉള്ളടക്കം നല്കിയ അമേരിക്കൻ ഫോട്ടോഗ്രാഫർ പോൾ സ്ട്രാൻഡിന്റേതാണ് ആ വാക്കുകൾ. വിനോദോപാധിയായും സമയംകൊല്ലി കൗതുകമായും ഫോട്ടോഗ്രാഫിയെ പിന്തുടർന്നവരോട് ഒരിക്കലും യോജിച്ചിരുന്നില്ല അദ്ദേഹം. മുതലാളിത്തത്തിന്റെ സാമ്പത്തിക ഗണിതങ്ങൾ ചവച്ചുതുപ്പിയ ജനകോടികളുടെ ചോര തെറിച്ച തെരുവുകളിലെല്ലാം സ്ട്രാൻഡ് ഏകാകിയായി അലഞ്ഞിരുന്നു. "എന്നെയും നിങ്ങളെയും നോക്കുമ്പോൾ അത്യാർത്തിക്കാരായ ധനാഢ്യർ വ്യത്യസ്തരാണ്" എന്ന പ്രയോഗം പലവട്ടം തെളിയുകയും ചെയ്തു.

ന്യൂയോർക്ക് നഗരത്തിലെ ബൊഹീമിൻ ദമ്പതിമാരുടെ മകനായിട്ടായിരുന്നു സ്ട്രാൻഡിന്റെ ജനനം. എത്തിക്കൽ കൾച്ചർ ഫീൽഡ്സ്റ്റൺ സ്കൂളിൽ ലെവിന് ഹിനെയുടെ ശിഷ്യനായാണ് ഫോട്ടോഗ്രാഫിയുടെ ബാലപാഠങ്ങൾ. ആൽഫ്രഡ് സ്റ്റിഗ്ലിറ്റ്സ്, എഡ്വേർഡ് വെസ്റ്റേൺ എന്നിവർക്കൊപ്പം ചേർന്ന് ഫോട്ടോഗ്രാഫിയെ കലയായി വികസിപ്പിച്ചതിലെ സംഭാവന വലുതായിരുന്നു. പുരോഗമനകാരികളും ആധുനികരുമായ ഫോട്ടോഗ്രാഫർമാരും ചിത്രകാരന്മാരുമാണ് അതോടുള്ള പ്രണയം ഗൗരവതരമാക്കുന്നത്. ഇത് കാഴ്ചപ്പാടുകളിലും മാറ്റംവരുത്തി. സാമൂഹ്യ ഉപകരണമാവണം ഫോട്ടോഗ്രാഫിയെന്ന് തിരിച്ചറിഞ്ഞു. അതിന്റെ സംഘടനാ രൂപമായിരുന്ന ഫോട്ടോ ലീഗിന്റെ രൂപീകരണത്തിലും മുന്നിട്ടുനിന്നു. അടിയുറച്ച കമ്യൂണിസ്റ്റ് സഹയാത്രികനായതിനാൽ ഏറെ ശകാരങ്ങൾ ഏല്ക്കുകയുമുണ്ടായി.

വാൾസ്ട്രീറ്റ് – സ്ട്രാൻഡ് 1915ലെടുത്ത ഫോട്ടോ

സോഷ്യലിസ്റ്റ് – കമ്യൂണിസ്റ്റ് നേതാക്കൾ, കവികൾ, എഴുത്തുകാർ, സിനിമാ സംവിധായകർ – തുടങ്ങിയവരായിരുന്നു സ്ട്രാൻഡിന്റെ സുഹൃദ് വലയത്തിലെ പ്രധാനികൾ. ജെയിം അൽഡ്രിഡ്ജ്, സീസറെ സവാത്തിനി, ബാസിൽ ഡേവിഡ്സൺ, സ്കോട്ടിഷ് കമ്യൂണിസ്റ്റ് കവി ഹഗ്മാക് ഡിയാർമിഡ്, നടൻ അലെക്സ് മാക്, ക്രിൻ ഡേ ചലച്ചിത്രകാരൻ ജോസഫ് ലോസേയ്ക്ക് തുടങ്ങിയവർ. അമേരിക്കൻ വിരുദ്ധമാണ് സ്ട്രാൻഡിന്റെ രചനകളെന്ന് മുദ്രകുത്തി അറ്റോണി ജനറൽ പലവട്ടം എതിർപ്പുകൾ ഉയർത്തി. അതിനാൽ ചില കൃതികൾ ജർമ്മനിയിലെ ലെയ്പ്സിങ്ങിലായിരുന്നു അച്ചടിച്ചത്. അവയ്ക്ക്മേലും സുരക്ഷാ വിഭാഗത്തിന്റെ സെൻസർഷിപ്പ് ഭീഷണി തൂങ്ങിക്കിടന്നു. കമ്യൂണിസ്റ്റ് അനുഭാവവും ചിന്തയും അരോപിച്ചായിരുന്നു അവ.

ആൽഫ്രെഡ് സ്റ്റിഗ്ലിറ്റ്സാണ് സ്ട്രാൻഡിന്റെ സംഭാവനകൾ തിരിച്ചറിഞ്ഞതും പ്രോത്സാഹിപ്പിച്ചതും അടയാളപ്പെടുത്തിയതും. പ്രശസ്തമായ '291 ഗ്യാലറി'യിലേക്ക് പ്രവേശനം ലഭിച്ചത് അങ്ങനെ. ഇതുകൂടാതെ അദ്ദേഹത്തിന്റെ പ്രസിദ്ധീകരണമായ *ക്യാമറ വർക്ക്* സ്ട്രാൻഡ് കൃതികൾക്ക് പ്രാധാന്യവും നല്കി. ആദ്യ പതിപ്പിലെ 12 ഫോട്ടോകളിലൊന്നാണ് 'വാൾസ്ട്രീറ്റ്'. അനാവശ്യ തടസ്സങ്ങൾ വൻ ഭാരമായിത്തീർന്നപ്പോൾ അദ്ദേഹം 1949 ഫ്രാൻസിലേക്ക് യാത്രയായി. 27 വർഷം അവി

പോൾ സ്ട്രാൻഡ്

ടുത്തെ ഒർഗെവലിലായിന്നു താമസം. അക്കാലത്തെ പ്രവർത്തനങ്ങൾക്ക് ഭാര്യയും ഫോട്ടോഗ്രാഫറുമായ ഹാസെൽ കിങ്സ്ബറിയുടെ സഹായവമുണ്ടായി.

1915 ൽ ഒപ്പിയെടുത്ത 'വാൾസ്ട്രീറ്റ്' മനുഷ്യത്വത്തിന്റെ ശ്മശാനത്തെക്കുറിച്ചുള്ള വിമർശനം കൂടിയായാണ് നിരൂപകർ വായിച്ചെടുത്തത്. ആധുനികതയുടെ ചിഹ്നമായി അത് വാഴ്ത്തപ്പെട്ടു. മുഖം കാണാത്ത മനുഷ്യരുടെ ചലനങ്ങൾ നിരവധി ഓർമ്മപ്പെടുത്തലുകൾ നിറഞ്ഞതായിരുന്നു. ചരിത്രത്തെ മുറിവേല്പിച്ച ഒട്ടനവധി തീരുമാനങ്ങൾക്ക് കൈയൊപ്പ് പതിപ്പിച്ചത് വാൾസ്ട്രീറ്റാണ് എന്ന ഞെട്ടലിലേക്ക് ആ ഫോട്ടോ കാണികളെ പിടിച്ചുകൊണ്ടുപോകാതിരിക്കില്ല. നിത്യജീവിതത്തിന്റെ നിസ്സഹായതകൾ ദൃശ്യമായ അതിൽ തൊഴിലാളികൾ നിർവ്വികാരമായിട്ടാവും നടന്നുപോയിട്ടുണ്ടാവുക. വാൾസ്ട്രീറ്റിന്റെ രണ്ട് കോപ്പികളേ ഇപ്പോഴുള്ളൂ. വിറ്റ്നി മ്യൂസിയം ഓഫ് അമേരിക്കൻ ആർടിലും ഫിലാഡെൽഫിയ മ്യൂസിയം ഓഫ് ആർടിലും. ധനമേഖലയിൽ പടർന്നുപിടിച്ച കോളറയുടെ അന്തരീക്ഷം കാണുന്നവർക്കും അതിന്റെ വിമർശകർക്കും സ്ട്രാൻഡിന്റെ ഫോട്ടോ നല്ല സമാധാനമായിരിക്കുമെന്ന അഭിപ്രായവും ഇപ്പോൾ പ്രബലമാണ്. 1915 ന്റെ പ്രഭാതത്തിലെടുത്ത അത് സമകാലീന അമേരിക്കൻ അവസ്ഥയുടെ കൂടി നേർചിത്രമാകുന്നിടത്താണ് സ്ട്രാൻഡിന്റെ കൃത്യത പ്രശംസനേടുന്നത്. സ്റ്റിഗ്ലിറ്റ്സ് വിലയിരുത്തിയതാകട്ടെ മൃഗീയമാംവിധം നേരിട്ട് എന്നായിരുന്നു. ആറ് പതിറ്റാണ്ടിലധികം വിസ്തൃതിയുണ്ടാക്കി സ്ട്രാൻഡിന്റെ ഫോട്ടോഗ്രാഫി ജീവിതത്തിൽ അമേരിക്കയ്ക്കു പുറമെ യൂറോപ്പിലും ആഫ്രിക്കയിലും ദീർഘയാത്ര നടത്തുകയുമുണ്ടായി. ഇറ്റലിയുടെയും ഘാനയുടെയും ഈജിപ്തിന്റെയും ഭിന്നഭാവങ്ങൾ തുറന്നുവെക്കുകയും ചെയ്തു. 1963 ലെ ഘാന ചിത്രങ്ങൾ ആഫ്രിക്കൻ ലെനിൻ എന്നറിയപ്പെട്ട ആദ്യ പ്രസിഡന്റും പ്രധാനമന്ത്രിയുമായ ക്വാമെ എൻക്രൂമയുടെ അഭ്യർത്ഥനയെ തുടർന്ന് വെളിച്ചം കണ്ടവയായിരുന്നു. എന്നാൽ അവ പ്രചാരത്തിലുണ്ടായിരുന്നില്ല. ആ രാജ്യത്തിന്റെ അമ്പതാം സ്വാതന്ത്ര്യ ദിനാചരണത്തിന്റെ ഭാഗമായി പുസ്തകമായി ഇറക്കി. ഘാനയുടെ പരമ്പരാഗത മുദ്രകൾ നിറഞ്ഞ 150 ഫോട്ടോകളായിരുന്നു ഉള്ളടക്കം. മുത്തുമണി നിർമ്മാതാക്കളും മരപ്പണിക്കാരും ശവപ്പെട്ടിശാലയിലെ തൊഴിലാളികളും മീൻപിടുത്തക്കാരും മത്സ്യക്കച്ചവടത്തിലെ കൗതുകങ്ങൾ. ചരിത്രത്തിലേക്ക് മടങ്ങിപ്പോയ അടിമകളുടെ തുറമുഖം–എന്നി

ങ്ങനെ എത്രയെത്രെ വൈവിദ്ധ്യങ്ങൾ. ഘാനയുടെ ഭൂതകാലത്തേക്ക് നയിച്ചു കൊണ്ടുപോകുന്ന അബേന ബുസിയയുടെ വിവരണങ്ങളുമുണ്ട്. ഫ്രാൻസ് ഫാനന്റെ പ്രശസ്തകൃതി *റെച്ച്ഡ് ഓഫ് ദി എർത്തിന്റെ* പുതിയ പതിപ്പുകളിൽ സ്ട്രാൻഡിന്റെ ഫോട്ടോയാണ് കവർചിത്രം. ഘാനയിൽ അക്ര മാർക്കറ്റിൽ നിസ്സഹായനായി നില്ക്കുന്ന കാപ്പിരിയുടെ മുഖം. ഫോട്ടോഗ്രാഫിക്കൊപ്പം ചലച്ചിത്ര മേഖലയിലും മികച്ച ഈടുവെപ്പുകളുണ്ടായി സ്ട്രാൻഡിൽനിന്ന്. ന്യൂയോർക്ക് നഗരത്തിന്റെ ദിനസരി ചലനങ്ങൾ നിറഞ്ഞ 'മാൻഹട്ട'യായിരുന്നു ആദ്യ സംരംഭം. 1921 ൽ പ്രേക്ഷകരിലെത്തിയ അതിന്റെ നിർമ്മാണത്തിൽ ചിത്രകാരനും ഫോട്ടോഗ്രാഫറുമായ സുഹൃത്ത് ചാൾസ് ഷീലെറുടെ സഹായവുമുണ്ടായി. 1942 ൽ റിലീസായ 'നാറ്റീവ് ലാൻഡ്' ഫാസിസ്റ്റ് വിരുദ്ധ രാഷ്ട്രീയത്തിന്റെ അടിത്തറയിലായിരുന്നു. പേര് സൂചിപ്പിക്കുംപോലെ 'ജന്മഭൂമി'ക്കായി പടപൊരുതിയ തൊഴിലാളി സംഘടനകളും അതിൽ നിറഞ്ഞു.

രണ്ട് കൈ രണ്ട് വ്യവസ്ഥ

മൈക്ക് വെൽസിന്റെ ഉഗാണ്ടാക്ഷാമത്തെപ്പറ്റിയുള്ള ചിത്രം, 1980 ലെ ലോക ഫോട്ടോഗ്രാഫ്, വിശകലനം ചെയ്യാൻ കഴിയണമെങ്കിൽ, ഒട്ടൊരു പശ്ചാത്തലവിവരണം ആവശ്യമുണ്ട്. അത് ഉഗാണ്ടയിലോ, ആഫ്രിക്കാ വൻകരയിലോ മാത്രം ഒതുങ്ങി നില്ക്കാനൊരു പശ്ചാത്തലമാണ്. ഉള്ളവന്റെയും ഇല്ലാത്തവന്റേതുമായ രണ്ടു കുടുംബങ്ങൾ മാത്രം നിലനില്ക്കുന്ന ഈ ലോകത്തിൽ ഇല്ലാത്തവന്റെ ജീവിതമുഹൂർത്തങ്ങൾക്ക് ശാശ്വതികത്വം നല്കുകയാണ് മൈക്ക് വെൽസ് ചെയ്തത്.

ദക്ഷിണാഫ്രിക്കയുടെ ധാർമ്മിക മനഃസാക്ഷിയെന്ന് ലോകം തർക്കമില്ലാതെ അംഗീകരിച്ച ബിഷപ് ഡെസ്മണ്ട് ടുട്ടു വർണ്ണവിവേചനത്തിനും ചൂഷണങ്ങൾക്കും മനുഷ്യാവകാശ ലംഘനങ്ങൾക്കുമെതിരെ പോരാളിയെപ്പോലെയാണ് നിലകൊണ്ടിട്ടുള്ളത്. ഇസ്രയേൽ പലസ്തീനെ ശ്വാസംമുട്ടിക്കുന്നതിനും അമേരിക്കയുടെ ഇറാഖ് അധിനിവേശത്തിനുമെതിരെ അദ്ദേഹം നിരന്തരം കലഹിച്ചുവന്നു. അതിനശീകരണ ശേഷിയുള്ള ആയുധങ്ങളുടെ സൂക്ഷിപ്പുകാരൻ എന്ന് മുദ്രകുത്തി സദ്ദാംഹുസൈനെ വേട്ടയാടിയതിലെ ഗൂഢതാല്പര്യങ്ങളും ടുട്ടു തുറന്നുകാട്ടി. ഈ പ്രശ്നം ചർച്ചചെയ്യാൻ ജോർജ് ഡബ്ല്യു ബുഷിനെയും ടോണി ബ്ലെയറെയും സന്ദർശിക്കുകയും ചെയ്തു. മിന്നസോട്ടയിലെ തോമസ് സർവ്വകലാശാലയിൽ 2007 ൽ നിശ്ചയിച്ച അദ്ദേഹത്തിന്റെ പ്രസംഗം റദ്ദാക്കിയാണ് അമേരിക്ക അപമാനിച്ച് പകരംവീട്ടിയത്.

ചരിത്രത്തിലെ മറ്റെല്ലാം സംഘർഷങ്ങളെയും ഇറാഖ് അധിനിവേശം പിന്നിലാക്കിയത് അത് ലോകത്തെ കൂടുതൽ അസ്ഥിരപ്പെടുത്തുകയും ധ്രുവീകരിക്കുകയും ചെയ്തിനാലാണെന്നായിരുന്നു ടുട്ടുവിന്റെ നിഗമനം. ജനാധിപത്യത്തിന്റെ പൂന്തോട്ടമെന്ന് സ്വയം പരസ്യപ്പെടുത്തുന്ന അമേരിക്കയുടെ നാട്യങ്ങൾ പൊളിക്കുന്നതായിരുന്നു അത്. 2008-09 ൽ

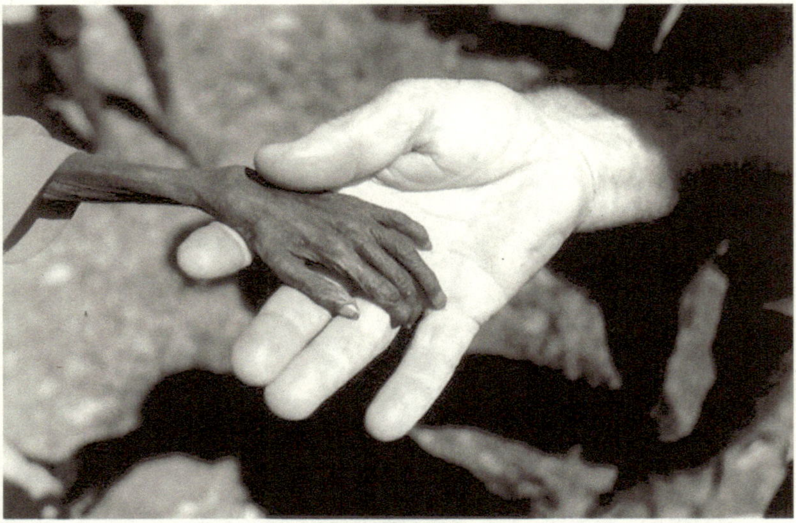

ഉഗാണ്ട ക്ഷാമം

ഗാസയിൽ ഇസ്രയേൽ തീ തുപ്പിയപ്പോൾ അതിനെ യുദ്ധക്കുറ്റവാളികളുടെ വിഷപ്രയോഗമായാണ് അദ്ദേഹം വിശേഷിപ്പിച്ചതും.

ബൈബിൾ വായനയ്ക്ക് ധീരമായ മറുകുറിയെഴുതുകയുമുണ്ടായി ടുട്ടു. പുസ്തക സമാഹാരമെന്നതിലുപരി ഒരേയൊരു ഭരണഘടനാ രേഖയായി അതിനെ ഭയപ്പെടുന്നതിനു നേരെയായിരുന്നു ആദ്യ വിയോജനം. *ബൈബിളിലെ* ചില ഭാഗങ്ങളോട് യോജിപ്പില്ലെന്നും കൂട്ടിച്ചേർത്തു. അടിമത്തം അംഗീകരിക്കുന്നതും പള്ളിയിലെത്തുന്ന സ്ത്രീകൾ സംസാരിച്ചുകൂടെന്ന സെന്റ് പോളിന്റെ നിശ്ചയവും ഉദാഹരണമായി നിരത്തി. ആഫ്രിക്കൻ ഭാഗങ്ങൾ തേടി മിഷണറിമാർ എത്തിയപ്പോൾ അവരുടെ കൈവശം *ബൈബിളും* തങ്ങൾക്ക് ഭൂമിയുമുണ്ടായിരുന്നു. കണ്ണടച്ച് പ്രാർത്ഥിക്കാൻ നിർദ്ദേശമുണ്ടായി. കണ്ണുതുറന്നപ്പോൾ *ബൈബിൾ* ആഫ്രിക്കകാർക്കും ഭൂമി കടന്നുവന്നവർക്കും എന്ന നിലയിലായിരുന്നു. ഇതിന് സമാന്തരമായ മറ്റൊരു കണക്കുകൂടിയുണ്ട്. ഓരോ ശത്രുസൈനികനെയും കൊന്നൊടുക്കാൻ അഞ്ചുലക്ഷം ഡോളർ ഒഴുക്കുമ്പോൾ ദാരിദ്ര്യം കാർന്നുതിന്നുന്നവരെ സഹായിക്കാൻ വർഷത്തിൽ മാറ്റിവെക്കുന്നതാകട്ടെ വെറും 53 ഡോളർ. മാർട്ടിൻ ലൂഥർകിങ് ജൂനിയറുടെ വിരൽ ചൂണ്ടൽപോലെയായിരുന്നു ടുട്ടുവിന്റെ അടിവര. ഇത്തരം യാഥാർത്ഥ്യങ്ങളെ കുലുക്കിയുണർത്തുന്ന നാടകപ്രവർത്തനത്തിൽ ഭാഗഭാക്കായ അദ്ദേഹത്തെ പരിചയപ്പെടാം.

2004 ഒക്ടോബറിൽ ന്യൂയോർക്കിലെ ഓഫ് ബ്രോഡ്‌വേയിൽ ഗ്വാണ്ടനാമോയെക്കുറിച്ചുള്ള നാടകത്തിൽ ടുട്ടു അഭിനയിച്ചത് ഏറെ ശ്രദ്ധനേടിയിരുന്നു. *ഗ്വാണ്ടനാമോ – ഹോണർ ബൗണ്ട് ടു ഡിഫെൻഡ്*

ഫ്രീഡം അമേരിക്കൻ ജയിൽ പീഡനത്തിനെതിരായ രൂക്ഷവിമർശനത്തിന്റെ രംഗഭാഷ്യമാണ്. ഗില്ലിയൻ സ്ലോവോയും വിക്ടോറിയ ബ്രിട്ടെയ്നും സംയുക്തമായി എഴുതിയ തിരക്കഥ, ഗ്വാണ്ടനാമോയിൽ നരകിച്ചുകഴിഞ്ഞ തടവുകാരുമായുള്ള അഭിമുഖങ്ങളിലൂടെയാണ് വികസിപ്പിച്ചത്. രണ്ട് സ്ത്രീകളാണ് രചയിതാക്കളെന്നത് അതിനൊരു വല്ലാത്ത തീക്ഷ്ണത പകർന്നു. ദക്ഷിണാഫ്രിക്കയിൽ ജനിച്ച സ്ലോവോ നോവൽ, നാടക, ഓർമ്മക്കുറിപ്പുകളിലൂടെയാണ് സാഹിത്യത്തിൽ ഇടംനേടിയത്. *ഐസ് റോഡ്* നോവൽ 2004 ലെ ഓറഞ്ച് പുരസ്കാരത്തിനുള്ള ഷോർട്ട്ലിസ്റ്റിൽ സ്ഥാനം പിടിച്ചിരുന്നു. രണ്ടു പതിറ്റാണ്ട് *ദി ഗാർഡിയൻ* വിദേശകാര്യ എഡിറ്ററായിരുന്ന വിക്ടോറിയ, ഗ്വാണ്ടനാമോ റിപ്പോർട്ടിങ്ങിലൂടെയാണ് പ്രശസ്തയായത്. തടവിൽക്കഴിഞ്ഞ മോസം ബെഗ്ഗുമായി ചേർന്ന് എഴുതിയ 'എനിമി കോംപാറ്റന്റ്' ചോരയിറ്റിയ അനുഭവങ്ങൾ വെളിച്ചത്തെത്തിച്ചതായിരുന്നു. ഭീകരതക്കെതിരായ യുദ്ധത്തിന്റെ പേരിൽ അമേരിക്ക വാരിവിതറിയ ജനാധിപത്യ വിരുദ്ധതയും മനുഷ്യാവകാശ ലംഘനവും കൂട്ടക്കുരുതിയും സ്ത്രീ പക്ഷത്തുനിന്ന് ശ്രദ്ധിച്ച *ഷാഡോ ലൈവ്സ്: ദി ഫൊർഗോട്ടൻ വുമൺ ഓഫ് ദി വാർ ഓൺ ടെററിസം* മറ്റൊരു സംഭാവന.

പൊതുപ്രഭാഷകൻ എന്ന നിലയിൽ ലോകരംഗത്ത് പേരെടുത്ത ഡെസ്മണ്ട് ടുട്ടു, ജസ്റ്റിസ് സ്റ്റെയ്ൻ എന്ന കഥാപാത്രവുമായി നല്ലവിധം ഇണങ്ങുമെന്നുകണ്ട് ഗില്ലിയൻ സ്ലോവോയാണ് നാടകത്തിലേക്ക് ക്ഷണിച്ചത്. അമേരിക്കൻ മനുഷ്യാവകാശ ലംഘനത്തിനെതിരെ ധീരമായ വിധിപ്രസ്താവങ്ങൾ നടത്തുന്നുണ്ട് ജസ്റ്റിസ്. ഗ്വാണ്ടനാമോ കമീഷനിൽ അംഗമെന്ന നിലയിലുള്ള പരിജ്ഞാനം അതിന് ബലം നല്കി. കുറ്റാരോപണമോ വിചാരണയോ കൂടാതെ നൂറുകണക്കിന് നിരപരാധികളാണ് ഗ്വാണ്ടനാമോയിൽ മരിച്ചു ജീവിച്ചത്. തലയിൽ വൻഭാരം കയറ്റിവെച്ചതിനാൽ നടുവൊടിഞ്ഞവർ. ലൈംഗികാതിക്രമങ്ങൾക്ക് ഇരയായവരും ബലാത്സംഗത്തിന് വിധേയമായവരും. ദയയുടെ ഒരിറ്റുപോലും ചുരത്താത്ത പീഡനപരമ്പരകളിൽ മനോനില തെറ്റി ആത്മഹത്യയിലൂടെ പകരം വീട്ടിയവർ വേറെ. ആഫ്രിക്കൻ കഴുതപ്പുലിയെപ്പോലെ നിർത്താതെ ചിരിക്കുന്ന പശ്ചാത്തലമായിരുന്നു ജസ്റ്റിസിന്റെ കഥാപാത്രത്തിന്. പ്രഭാഷണവേദിയിലെ ചലനങ്ങളും അംഗവിക്ഷേപങ്ങളും തുറിച്ചുനോട്ടവും മന്ദഹാസങ്ങളും പ്രതിഷേധം തുടിച്ച ചിരിയുമൊക്കെയായി ടുട്ടു അതോട് പൂർണ്ണമായും നീതിപുലർത്തി. ന്യൂയോർക്കിലെ ഓഫ് ബ്രോഡ്‌വേയിലെ ആദ്യ അവതരണത്തിനുശേഷം നാടകം ലോകത്തിന്റെ പലഭാഗങ്ങളിലുമെത്തി. തിരശ്ശീല വീണശേഷം ടുട്ടു പ്രേക്ഷകരുമായി സംവദിക്കുമായിരുന്നു. ചോദ്യം/ഉത്തരം മാതൃകയിലുള്ള ചർച്ച.

"ഞാൻ മാത്രമല്ല, എന്റെ ഭാര്യയും കുഞ്ഞുങ്ങളുംകൂടി തുടർച്ചയായി പീഡിപ്പിക്കപ്പെടാൻ എന്ത് കുറ്റകൃത്യമാണ് എന്റെ ഭാഗത്തുനിന്നുണ്ടായതെന്ന് അറിയില്ല" എന്ന തടവുകാരൻ മോസം ബെഗ്ഗിന്റെ കരുണാർദ്രമായ വിറയിലൂടെയാണ് നാടകത്തിന്റെ ആരംഭം. കൈകളിലെ

ബൈബിൾ /ഭൂമി എന്ന രൂപീകരണം ടുട്ടു മുന്നോട്ടുവെക്കുമ്പോൾ ചൂഷണത്തിന്റെ മതഭാഷ്യമാണ് നിനച്ചിട്ടുണ്ടാവുക. ആഫ്രിക്കൻ ജനങ്ങളെ ക്രിസ്തുമതത്തിലേക്ക് മാറ്റിയെടുത്ത മിഷണറിമാർ കോളനി വല്ക്കരണത്തെ ത്വരിതമാക്കുകയായിരുന്നു. മതപരിവർത്തനം യൂറോപ്യൻ മുതലാളിത്തത്തിലേക്കുള്ള തള്ളിയിടലുമായി. റഡ്യാർഡ് ക്ലിപ്പിങ്ങിന്റെ കവിത *ദി വൈറ്റ് മാൻസ് ബേർഡൻ* കൊളോണിയൽ അധിനിവേശത്തിനൊരു ആധികാരികതയും ദൈവിക സാധൂകരണവും നല്കുകയും ചെയ്തു. ദുർബ്ബലർക്കെതിരെ ശക്തർ നടത്തുന്ന ചൂഷണത്തിന്റെ ഉപാധിയാണ് മതം. അതിനാൽ അത് അനീതിയുടെയും അത്യാഗ്രഹത്തിന്റെയും ദുരാചാരത്തിന്റെയും മേൽക്കുപ്പായമാണെന്ന ജോർജസ് ബിസെറ്റിന്റെ തുറന്നുപറച്ചിൽ ഉൾക്കൊണ്ടിരിക്കുന്നതും അത്തരമൊരു ആശയമാണ്.

ജീവിതത്തിന്റെ അപാരസാദ്ധ്യതകളെക്കുറിച്ച് ഖലീൽ ജിബ്രാൻ പാടിനിർത്തിയത് നല്ല മുഴക്കത്തോടെയായിരുന്നു. അതിലാകട്ടെ സൗന്ദര്യത്തിനും വൈരൂപ്യത്തിനും പ്രത്യാശകൾക്കും തോല്വികൾക്കും ഒരേസ്ഥാനം. ജീവിതത്തിലെ ഏറ്റവും തിളങ്ങുന്ന രണ്ട് സമ്മാനങ്ങളായി ജിബ്രാൻ ഓർമ്മിപ്പിച്ചതാകട്ടെ സൗന്ദര്യവും സത്യവും. ആദ്യത്തേത് അദ്ദേഹം കണ്ടത് സ്നേഹ നിർഭരമായ ഹൃദയത്തിലും മറ്റേത് തൊഴിലാളിയുടെ കൈയിലും. ഹൃദയത്തിന്റെയും കൈയുടെയും സൗന്ദര്യവും സത്യവും പറഞ്ഞുവെക്കുക മാത്രമായിരുന്നു ജിബ്രാൻ എങ്കിൽ, ബാസിൽ പാഓ അവയ്ക്കൊരു തെളിവു കണ്ടെത്തി. *ഹാൻഡ്സ്: എ ജേർണി അറൗണ്ട് ദി വേൾഡ് ഫോട്ടോ* സമാഹാരത്തിലൂടെ. പ്രാദേശിക ആഭരണങ്ങൾ സമൃദ്ധമായി അലങ്കരിച്ച സുഡാനീസ് സ്ത്രീയുടെ കൈകളാണ് പുസ്തകത്തിന്റെ കവർചിത്രം. 45 രാജ്യങ്ങളിൽനിന്നുള്ള 200 ഫോട്ടോകളാണ് അതിൽ. എഴുതുന്ന, വരയ്ക്കുന്ന, തുന്നൽപ്പണിയിലേർപ്പെടുകയും പാചകം ഏറ്റെടുക്കുകയും ചെയ്യുന്ന കൈകൾ. നൃത്തത്തിലെ സൂചനകളും പ്രാവിനെ പറത്തുന്നതുമായവ. രോഗം പരിക്കേല്പിച്ച് വികൃതമാക്കിയതും തോക്ക് ഒരുക്കുന്നതുമായ കൈകൾ. ഹൃദയം സങ്കല്പിക്കുന്നതിനപ്പുറം അവയ്ക്ക് ഒന്നും പ്രയോഗത്തിൽ വരുത്താനാവില്ലെന്ന സത്യംകൂടി ബാസിൽ പാഓ ഉറപ്പിക്കുന്നുണ്ട്; പൊള്ളലേറ്റ കൈകൾ കൂടുതൽ പഠിപ്പിക്കുമെന്നും.

ലോകത്ത് രണ്ട് കുടുംബങ്ങളേയുള്ളൂ – ഉള്ളവന്റെയും ഇല്ലാത്തവന്റെയും എന്ന് *ഡോൺ കിക്സോട്ട്* നോവലിലൂടെ മിഗ്വെൽ സെർവാന്റസ് പറഞ്ഞിട്ടുണ്ട്. സ്പാനിഷ് സാഹിത്യത്തെ എക്കാലത്തെയും സ്വാധീനിച്ച ആ കൃതിയിലെ കഥാപാത്രത്തിലൂടെയായിരുന്നു ഇത്തരം അഭിപ്രായം പുറത്തുവന്നതും. ചൂഷണത്തിന്റെയും അസമത്വത്തിന്റെയും ദാരിദ്ര്യത്തിന്റെയും ലോകനീതിക്കെതിരായ തുറന്ന വിമർശനമായിരുന്നു അതിൽ. തടിച്ചുരുണ്ട് കൊഴുത്തതും മരക്കമ്പുപോലെ ശുഷ്കിച്ചതുമായ കുട്ടികൾ. ആർഭാടങ്ങളിൽ നീരാടുന്നതും വറ്റിവരണ്ടതുമായ അമ്മമാർ. കൊട്ടാര സദൃശമായ ബംഗ്ലാവുകളിലും തകരപ്പാട്ടയുടെ ഒറ്റമുറികളിലും

മൈക്ക് വെൽസ്

താമസിക്കുന്ന കുടുംബങ്ങൾ. അതിവിദഗ്ദ്ധ സമ്പ്രദായങ്ങളുടെ നടുവിലും ജീവൻ രക്ഷാ മരുന്നു പോലുമില്ലാത്ത ധർമ്മാശുപത്രികളിലും രോഗവിമുക്തി തേടിയെത്തുന്നവർ. സമൃദ്ധമായി തിന്നത് ദഹിക്കാൻ നടക്കുന്നവരും ഒരുപിടി വറ്റിനായി മൈലുകൾ താണ്ടുന്നവരും–എന്നിങ്ങനെ ഭൂമിയിലെ യാഥാർത്ഥ്യങ്ങൾക്ക് രണ്ടുവശമുണ്ട്.

ഒടുങ്ങാത്ത വംശീയ സംഘർഷങ്ങളും ജീവന്റെ അവസാന തുടിപ്പുപോലും നക്കിത്തുടച്ചെടുക്കുന്ന പട്ടിണിയും. പ്രകൃതികോപങ്ങളുടെ തീപ്പെരുമാറ്റവും മരണം ഉറപ്പാക്കുന്ന മഹാവ്യാധികളും – ആഫ്രിക്കൻ ഭൂഖണ്ഡത്തിലെ സ്ഥിതി ഏറെ ഭയാനകമാണ്. ഉള്ള പച്ചപ്പുകൾകൂടി കരിച്ചെടുക്കുന്ന സാമ്രാജ്യത്വ താല്പര്യങ്ങളും വികസന വായാടിത്തങ്ങളും വീണ്ടും മുറിവേല്പിക്കുകയാണ്. വരൾച്ചയും ക്ഷാമവും വിഭവചൂഷണവും മറ്റ് പ്രതിസന്ധികൾ. ഇവയെല്ലാം ഉഗാണ്ടയുടെ പശ്ചാത്തലത്തിൽ ഒറ്റ ഫോട്ടോയിലൂടെ വിശദീകരിക്കുകയായിരുന്നു മൈക്ക് വെൽസ്. 2013 ലെ ഷാർജ അന്താരാഷ്ട്ര പുസ്തകോത്സവ വേളയിൽ ആഫ്രിക്കൻ എഴുത്തുകാരനും വിവർത്തകനുമായ തിഗാനി ഹസബ് എൽ റസൂൽ എൽനൂറാണ് ആ ഫോട്ടോയെക്കുറിച്ച് എന്നോട് സംസാരിച്ചത്.

പട്ടിണി എല്ലിൻതോലുമാക്കിയ കുട്ടിയുടെയും വെളുത്തു കൊഴുത്ത മിഷണറിയുടെയും കൈകൾ ഒന്നിച്ചുവെച്ച ചിത്രം 1980 ഏപ്രിലിലായിരുന്നു അദ്ദേഹത്തെ ഞെട്ടിച്ചത്. അമ്പരപ്പിന്റെ അകമ്പടിയോടെമാത്രം നോക്കാനാവുന്ന അത് കാഴ്ചക്കാരെ നിലവിലുള്ള ലോകത്തിന്റെ രണ്ട് അറ്റങ്ങളിലേക്കാണ് കൊണ്ടുപോവുക. ഉഗാണ്ട ക്ഷാമത്തിന്റെയും പട്ടിണിയുടെയും രോഗങ്ങളുടെയും പിടിയിലമർന്ന ഘട്ടം. ഇദി അമീന്റെ നടപടികൾ പ്രതിസന്ധിയുടെ ആഴം കൂട്ടി. ജനസംഖ്യയുടെ 21 ശതമാനം പുഴുക്കളെപ്പോലെ അടിഞ്ഞുവീണു. അതിൽ 60 ശതമാനവും കുട്ടികൾ. കരമോജ ജില്ലയിലായിരുന്നു ഗോത്ര വിഭാഗത്തിൽപ്പെട്ട കുട്ടി മിഷണറിയെ കാണുന്നത്. അതിർത്തി സുരക്ഷയുടെ മറവിൽ ഏറെ ക്ലേശങ്ങൾ സഹിച്ചുവരികയായിരുന്നു ആ വിഭാഗം. മുൾച്ചെടികളും കുറ്റിമരങ്ങളും വിശാലമായ പുൽത്തടങ്ങളും നിറഞ്ഞതിനാൽ കൃഷിയോഗ്യ

മല്ലാതായിത്തീർന്ന പ്രദേശം. വരൾച്ചയുടെ ചാക്രികത അതിനെ വിണ്ടു കീറിച്ചു. മരണം എങ്ങും ഉറങ്ങാതിരുന്ന ഉഗാണ്ടദുരന്തത്തെ 1696 ലെ ഫിൻലാൻഡ് പട്ടിണി രാക്ഷസനോടാണ് ചിലർ ഉപമിച്ചത്. രണ്ടുവർഷത്തോളം നീണ്ടു അതിന്റെ കരാളനൃത്തം. സ്വീഡിഷ് യജമാനന്മാർ ഫിൻലൻഡുകാരെ തീർത്തും അവഗണിച്ചു. ആറുമാസത്തെ വരൾച്ച നദികൾപോലും വറ്റിച്ച മട്ടായിരുന്നു. തെക്കൻ പ്രവിശ്യകളിൽനിന്ന് ധാന്യങ്ങൾ എത്തിക്കാമായിരുന്നെങ്കിലും സ്വീഡൻ അനങ്ങാതിരിക്കുകയാണുണ്ടായത്. മരച്ചില്ലകളും കുറ്റിക്കാടുകളും പുല്ലുകളും മറ്റും തിന്നാൻ ജനങ്ങൾ നിർബ്ബന്ധിതമായി. വൈക്കോലും വേരുകളും ഉമിയും പതിരും ചൊറിച്ചെടികളും മരത്തൊലിയും മറ്റ് വിഭവങ്ങൾ. രണ്ടുവർഷമാകുമ്പോഴും ജനസംഖ്യയുടെ മൂന്നിലൊന്ന് പോയ്ക്കഴിഞ്ഞിരുന്നു.

ലോകത്തെ വേദനിപ്പിച്ചുകൊണ്ടിരിക്കുന്ന സാമ്പത്തിക വിടവിന്റെ ഏറ്റവും മികച്ച വിമർശനമായിരുന്നു മൈക്ക് വെൽസിന്റെ 'ഉഗാണ്ട' ഫോട്ടോ. ചെറുന്യൂനപക്ഷം കുന്നുകൾപോലെ വിഭവങ്ങൾ കൈകാര്യം ചെയ്യുമ്പോൾ മഹാഭൂരിപക്ഷം അതിജീവിക്കുന്നത് പൊടികൾ കൊണ്ടാണ്. 1980 ലെ ക്ഷാമം മുപ്പതിനായിരം മനുഷ്യരെ കൊന്നുതിന്നു. അജ്ഞാതനായ ബിഷപ്പിന്റെ കൊഴുത്തു വെളുത്ത കൈയിൽ മരണാസന്നനായ ബാലൻ ജീവിതം യാചിക്കുകയായിരുന്നിരിക്കണം. കുട്ടികളുടെ അതിജീവനത്തിന്റെ കാര്യത്തിൽ ലോകത്തിൽ ഏറ്റവും പിന്നോക്കമാണ് ഉഗാണ്ട.

ഹസ്തദാനമാണ് ആ ഫോട്ടോയിലെന്ന് പ്രത്യക്ഷത്തിൽ തോന്നുമെങ്കിലും കറുത്തവള്ളിപോലുള്ള കൈ മിഷണറിയുടെ കൈയിൽ കുറച്ചുനേരത്തേക്ക് വിശ്രമിക്കുകയായിരുന്നു. അവന്റെ സങ്കടങ്ങൾക്കൊപ്പം രാജ്യത്തിന്റെ നിസ്സഹായതയും നാം കണ്ടു. ഭൂഗോളത്തിന്റെ ഏതു കോണിലായാലും അതിന്റെ നടുക്കം പങ്കിടാതിരിക്കാനാവില്ല. വെൽസിന്റെ ഫോട്ടോയ്ക്ക് ഒരുപാട് പ്രത്യേകതകളുണ്ടായിരുന്നു. വലുപ്പത്തിലും നിറത്തിലും രൂപത്തിലും രണ്ട് അറ്റങ്ങളിലുള്ള കൈകൾ. ബിഷപ്പിനടുത്ത് ആ കുട്ടി നില്ക്കുന്നത് പകർത്താമായിരുന്നു. എന്നാൽ വെൽസിന് അതിൽ തൃപ്തിയുണ്ടായില്ല. സ്നേഹത്തിന്റെയും ഒന്നിച്ചുനില്ക്കേണ്ടതിന്റെയും ലളിത സന്ദേശമാണ് തേടിപ്പോയത്. ഉഗാണ്ടയും പാശ്ചാത്യലോകവും തമ്മിലുള്ള ഞെട്ടിപ്പിക്കുന്ന വ്യത്യാസം എത്ര കൃത്യമായി ലോകത്തെ അറിയിച്ചിരിക്കുന്നു! പട്ടിണിയും ക്ഷാമവും നിരപ്പാക്കിയ ജനതയുടെ ധർമ്മസങ്കടങ്ങൾ പൊതുജന ചർച്ചയിലേക്ക് എത്തിച്ചത് ഉഗാണ്ട ഫോട്ടോയാണ്. ആഫ്രിക്കയുടെ പട്ടിണിക്കൊമ്പ് എന്നറിയപ്പെടുന്ന അവിടേക്ക് ഐക്യരാഷ്ട്ര സഭയുടെ സഹായമെത്തുന്നത് അങ്ങനെ. പിന്നെ വിശപ്പ് പ്രധാന വാർത്താ-ഫോട്ടോ ഇനവുമായി. ഉഗാണ്ടയുടെ ആഭ്യന്തര സംഘർഷങ്ങളിലേക്കും അന്വേഷണങ്ങൾ നീണ്ടു. 1980 ഏപ്രിലിലായിരുന്നു ബ്രിട്ടീഷുകാരനായ വെൽസ് ആ ചിത്രമെടുത്തത്. ഒരു പ്രസിദ്ധീകരണത്തിന് കൈമാറിയെങ്കിലും അവർ അഞ്ചുമാസം അതിന്മേൽ അടയിരുന്നു. ശേഷം ലോക ഫോട്ടോഗ്രാഫി മത്സരത്തിനയച്ചു. അതിൽ

സമ്മാനം നേടിയപ്പോഴാണ് വെൽസ് നടന്ന കാര്യങ്ങൾ മനസ്സിലാക്കുന്നത്. അക്കൊല്ലത്ത മികച്ച ലോക ഫോട്ടോ പദവി നേടിയിട്ടും അദ്ദേഹം സന്തോഷവാനായിരുന്നില്ല. ദരിദ്രരുടെ ദയനീയാവസ്ഥ പുറംലോകത്തു കാട്ടി പുരസ്കാരങ്ങൾ കൊയ്യുന്നത് നിരർത്ഥകമാണെന്നായിരുന്നു നിലപാട്. ഏത് ഭാഗത്തും എപ്പോഴും പ്രസക്തമായ യാഥാർത്ഥ്യമാണ് 'ഉഗാണ്ട'. പ്രശ്നം അർഹിക്കുന്ന നിലയിൽ ശ്രദ്ധയുടെ വിസ്താരം വലുതാക്കിയതും വെൽസിന്റെ സംഭാവന. ചിത്രത്തിലെ പാശ്ചത്തലമാണ് അതിനെ അതിശക്തവും വ്യക്തവുമാക്കിയത്. കാണാത്ത ലോകത്തെ അനുഭവിക്കാത്ത മനുഷ്യാവസ്ഥ എന്ന നിലയിലും മൈക്ക് വെൽസിന്റെ രചന ഭാവിയുടെ പ്രവചനം കൂടിയായി.

ബൈബിൾ, ഭൂമി, കൈ എന്നിവയിലൂടെ ഉടമാവകാശത്തിന്റെ രൂപപരിണാമങ്ങൾക്ക് ആധുനിക ഭാഷ്യം നല്കുകയായിരുന്നു ഡെസ്മണ്ട് ടുട്ടു. ബാസിൽ പാഓ ഫോട്ടോകളിലൂടെ കൈയുടെ വൈവിദ്ധ്യങ്ങൾ വിശദീകരിച്ചപ്പോൾ മൈക്ക് വെൽസിന്റെ ഉഗാണ്ട ചിത്രം വൈരുദ്ധ്യങ്ങളാണ് അടിവരയിട്ടത്. അവർ എന്നൊന്നില്ല, എല്ലാം നമ്മുടെ വിവിധ ഭാവങ്ങളാണ് എന്ന കവിതാശകലം ശരിവെക്കുകയായിരുന്നു വിവിധ മട്ടിൽ ഇവയെല്ലാം.

ജനങ്ങൾക്കുമേൽ കഷ്ടപ്പാടുകൾ ഇറക്കിവെക്കുന്നത് പ്രകൃതി നിയമങ്ങളല്ല, മറിച്ച് നമ്മുടെ സ്ഥാപനങ്ങളാണ്. അതിനാലാവട്ടെ കുറ്റകൃത്യത്തിന്റെ ആഴം ഭയാനകമാണെന്ന ചാൾസ് ഡാർവിന്റെ പ്രസ്താവം കൃത്യമായിരുന്നു. എന്നിട്ടും മതപ്രചാരണം സത്യത്തെ കൊലചെയ്യുകയാണ്. *ബൈബിളി*ന്റെ അന്തർവിവക്ഷകൾ എക്കാലത്തെയും ശാശ്വത മൂല്യങ്ങളാണെന്ന ശാഠ്യം അതിന്റെ അനുബന്ധവും. *ബൈബിൾ* എന്തൊക്കെയാണെന്ന വായനയ്ക്കുപകരം നാം എങ്ങനെയെന്ന മുൻവിധിയിലായിരുന്നു അതോടുള്ള സമീപനം. തോമസ് പൈനെ കണ്ടെത്തിയതുപോലെ, ഏറ്റവുമധികം വായിക്കപ്പെടുകയും പിന്തുടരുകയും ചെയ്ത ആ കൃതിയാണ് ലോകത്ത് വളരെക്കുറച്ച് പരിശോധന നേരിട്ടത്. ശ്രേഷ്ഠങ്ങളായ കവിതകളും മികച്ച ധാർമ്മികോപദേശങ്ങളും ഇഴയോടിനില്ക്കുന്ന *ബൈബിളിൽ* അസഭ്യതയുടെ സമൃദ്ധിയും അതിലുപരി പതിനായിരം നുണകളുമാണെന്ന് തുറന്നടിക്കാൻ മാർക് ടൈ്വയിൻ ഭയപ്പെട്ടതേയില്ല. വറ്റിവരണ്ട് കറുത്ത ഈർക്കിൽപോലെ ശുഷ്കിച്ച ആഫ്രിക്കൻ ബാലന്റെ കൈയും സമൃദ്ധിയുടെ കൊഴുപ്പേറിയ ബിഷപ്പിന്റേതും ഉണ്ടായിത്തീർന്നതെങ്ങനെയെന്ന് മതത്തിന് കണ്ടെത്താനായിട്ടുണ്ടോ. ദൈവത്തിന് ഈ ലോകത്തെ ഇതിലും സുന്ദരമാക്കാമായിരുന്നില്ലേ. അവബോധവും യുക്തിയും ചേതനയും നമുക്ക് അനുവദിച്ചതായി ഊറ്റംകൊള്ളുന്ന ദൈവം അവയുടെ ഉപയോഗം തടയാനും ശ്രമിച്ചിടത്താണ് രണ്ടു കൈകൾ രണ്ടുവ്യവസ്ഥയുടെ പ്രതീകങ്ങളാകുന്നത്.

ചതഞ്ഞരയുന്ന കുട്ടികൾ

ഭാവിയുടെ വാഗ്ദാനങ്ങൾ, രാജ്യത്തിന്റെ മുതൽക്കൂട്ട്, വരുംനാളിന്റെ പ്രതീക്ഷകൾ – എന്നെല്ലാമുള്ള വിശേഷണങ്ങൾകൊണ്ട് കുട്ടികളെ പൊതിയാറുണ്ടെങ്കിലും ലോക യാഥാർത്ഥ്യം മറ്റൊന്നാണ്. ഇന്ത്യയുടെ കാര്യമെടുത്താൽ തമിഴ്നാട്ടിലെ പടക്കശാലകളിലും കർണ്ണാടകത്തിലെ ചായക്കടകളിലും ബീഹാറിലെ നിർമ്മാണ മേഖലയിലും ബാലവേല ഇപ്പോഴും തുടരുന്നുണ്ട്. സാമ്രാജ്യത്വ അധിനിവേശം കശക്കിയെറിഞ്ഞ രാജ്യങ്ങളിൽ കുട്ടികൾ തീ തിന്നാണ് ദിവസങ്ങൾ തള്ളിനീക്കുന്നത്. അമേരിക്കൻ നേതാവും ലേബർ സെക്രട്ടറിയുമായിരുന്ന അലക്സിസ് മാർഗരറ്റ് ഹെർമൻ പറഞ്ഞത്, ബാലവേലയുടെ ഏറ്റവും മാരകമായ പ്രഹരമുൾപ്പെടെ അടിസ്ഥാന പ്രശ്നങ്ങളെക്കുറിച്ച് യോജിപ്പുണ്ടാവുന്നില്ലെങ്കിൽ ഭാവിയിലേക്ക് മുന്നേറാൻ നാം ഒരുക്കമല്ലെന്നാണ്.

കുട്ടികളുടെ അവകാശങ്ങളെക്കുറിച്ചുള്ള അവബോധ രൂപീകരണത്തിൽ പോരാട്ടങ്ങൾക്കും പ്രചാരണങ്ങൾക്കുമൊപ്പം കലാസാഹിത്യ പ്രവർത്തനങ്ങളും സംഭാവന നല്കിയതായി കാണാം. അങ്ങനെ അമേരിക്കൻ കുട്ടികളുടെ തൊഴിൽ നിയമങ്ങളിൽ കാതലായ മാറ്റമുണ്ടാക്കിയതിൽ ലെവിസ് ഹിനെയുടെ ഫോട്ടോകൾക്കും മികച്ച സ്ഥാനമുണ്ട്. ദാരിദ്ര്യം കുത്തിയൊഴുകിയ യൂറോപ്പിൽനിന്ന് പച്ചപിടിക്കുകയായിരുന്ന അമേരിക്കയിലേക്കുണ്ടായ കൂട്ടക്കുടിയേറ്റത്തിന്റെ ഒഴുക്ക് പകർത്തിയ ആദ്യ ഫോട്ടോഗ്രാഫർമാരിലൊരാളായിരുന്നു അദ്ദേഹം. സാമൂഹ്യ ചലനങ്ങളെ സ്വാധീനിക്കാൻ പറ്റിയ ഉപകരണമായി ക്യാമറയെ കണക്കാക്കിയ ഹിനെയുടെ ജനനം 1874 ൽ അമേരിക്കയിലെ ഒഷ്കോഷിലായിരുന്നു. അപകടത്തിൽപ്പെട്ട് അച്ഛൻ മരിച്ചത് അവനിൽ കുറേ ഭാരങ്ങൾ ഏല്പിച്ചു. കോളേജ് പഠനത്തിന് പണം സ്വരൂപിക്കാൻ പല ജോ

ലെവിസ് ഹിനെ

ചരക്കുതീവണ്ടിയിലെ ബാലവേല – ഹിനെയെടുത്ത ഫോട്ടോ

ലികളും എടുക്കേണ്ടി വന്നു. ചിക്കാഗോ, കൊളംബിയ, ന്യൂയോർക്ക് സർവ്വകലാശാലകളിലായിരുന്നു ഉന്നതപഠനം. ന്യൂയോർക്ക് നഗരത്തിലെ എത്തിക്കൽ കൾച്ചർ സ്കൂളിൽ അദ്ധ്യാപകനായ അദ്ദേഹം, ഫോട്ടോഗ്രാഫിയെ പഠന മാദ്ധ്യമമാക്കാൻ വിദ്യാർത്ഥികളെ പ്രോത്സാഹിപ്പിച്ചുകൊണ്ടിരുന്നു. 1906 ൽ റസ്സെൽ സെയ്ജ് ഫൗണ്ടേഷന്റെ സ്റ്റാഫ്ഫോട്ടോഗ്രാഫറായി. പിറ്റ്സ്ബർഗ്, പെൻസൽവാനിയ തുടങ്ങിയ ജില്ലകളിലെ സ്റ്റീൽ നിർമ്മാണ കമ്പനികളെയും അവയിലെ ജനങ്ങളെയും പകർത്തിയത് അക്കാലത്ത്.

ന്യൂയോർക്ക് തുറമുഖത്തിനടുത്ത എല്ലിസ് ദ്വീപിലേക്ക് അവരെ കൊണ്ടുപോയി ക്ലാസെടുക്കുകയുമുണ്ടായി. ആയിരക്കണക്കിന് കുടിയേറ്റക്കാരാണ് വന്നുകൊണ്ടിരുന്നത്. 1904 – 09 കാലത്ത് മിക്ക ദിവസങ്ങളിലും തുറമുഖത്തെത്തുമായിരുന്നു. ആ പ്രവാഹത്തിന്റെ ഇരുന്നൂറിലധികം മികച്ച ചിത്രങ്ങൾ ക്യാമറയിൽ നിറച്ചു. 1908 ൽ അദ്ധ്യാപനം ഉപേക്ഷിച്ച് നാഷണൽ ചൈൽഡ് ലേബർ കമ്മിറ്റിയുടെ ഫോട്ടോഗ്രാഫറായി. പിന്നീടുള്ള ദശകം കുട്ടികളുടെ ദൈന്യതകൾ തേടിയുള്ള പര്യടനങ്ങൾ. ബാലവേലയുടെ ഭിന്നമുഖങ്ങൾ പൊതുസമൂഹത്തിന്റെ ചർച്ചകളിലും അധികൃതരുടെ ശ്രദ്ധയിലുമെത്തിച്ചത് ആ ഫോട്ടോപരമ്പര. 1911 ൽ പരുത്തിമില്ലുകളിൽ ഇഴപൊട്ടി വീണ കൊച്ചുതൊഴിലാളികളെ ഒപ്പിയെടുത്തു. ഒന്നാം ലോകയുദ്ധവേളയിൽ യൂറോപ്പിലെ അമേരിക്കൻ റെഡ്ക്രോസിന്റെ ദുരിതാശ്വാസ പ്രവർത്തനങ്ങളിലും ഭാഗഭാക്കായി.

വ്യാവസായിക വിപ്ലവം, ആധുനിക വ്യവസായത്തിന് തൊഴിലാളികൾ നല്കിയ സംഭാവന, 1930 കളിലെ സാമ്പത്തിക കുഴപ്പം, വിവിധ ഫാക്ടറികളിലും തെരുവുകളിലും എറിഞ്ഞുടയ്ക്കപ്പെട്ട 'ഭാവി വാഗ്ദാനങ്ങൾ' – തുടങ്ങിയ നിലകളിലെല്ലാം ഹിനെ മനുഷ്യരെ തേടിപ്പോവുകയായിരുന്നു. ലോകം ഭംഗിയുള്ളതാക്കുന്നതിൽ അദ്ധ്വാനം എത്രമാത്രം അനിവാര്യമാണെന്നും അടിവരയിട്ടു. കെട്ടിടങ്ങളുടെ അഞ്ചാം നിലയിലും മരച്ചില്ലകളിലും കയറിയും റോഡിൽ കമിഴ്ന്ന് കിടന്ന് നിരങ്ങിയുമെല്ലാം ഫോട്ടോകളെടുത്തു. 1930 ലെ എംപേർസ്റ്റേറ്റ് ബിൽഡിങ് നിർമ്മാണം ചലച്ചിത്രത്തിലെന്നവണ്ണമാണ് അവ വിവരിച്ചത്. ഇവയെല്ലാമടക്കം *മെൻ അറ്റ് വർക്ക്* സമാഹാരം ഏറെ ശ്രദ്ധനേടി. 1932 ൽ പുസ്തകരൂപത്തിലിറങ്ങിയ അതിന്റെ ആമുഖത്തിൽ ഹിനെ എഴുതിയതിന്റെ ചുരുക്കം: "ഇതിനെയാണ് നാം യന്ത്രയുഗം എന്ന് വിളിക്കുന്നത്" എന്നാണ്.

പ്രതിഭാശാലിയായ ആ ഫോട്ടോഗ്രാഫറുടെ അവസാന നാളുകൾ ദുരിതങ്ങളുടെയും അവഗണനകളുടെയും തിരസ്കാരങ്ങളുടെയും കയ്പ് നിറഞ്ഞതായിരുന്നു. സർക്കാരും കോർപ്പറേറ്റ് സ്ഥാപനങ്ങളും പ്രോത്സാഹനവും സഹായവും നിർത്തിയത് വലിയ പ്രതിസന്ധിയായി. വീട് നഷ്ടപ്പെടുന്നതിലേക്കുവരെ വളർന്നു അത്. ഇത്രയും കഷ്ടതകൾ അവശേഷിപ്പിച്ചാണ് ഹിനെ വിടവാങ്ങിയതെങ്കിലും മകൻ കൊറിഡോൺ, മ്യൂസിയം ഓഫ് മോഡേൺ ആർടിന് ഫോട്ടോകൾ കൈമാറാൻ തയ്യാറായി. ബാഹ്യപ്രേരണ നിമിത്തം അവരത് സ്വീകരിച്ചില്ല. പിന്നീട് ജോർജ് ഈസ്റ്റ്മാൻ ഹൗസ് ഏറ്റെടുക്കുകയായിരുന്നു. പതിനായിരം ഫോട്ടോകൾ. അതുപോലെ ലൈബ്രറി ഓഫ് കോൺഗ്രസിൽ അയ്യായിരത്തിലധികവും. വിവിധ കൃതികൾ, സംവാദങ്ങളും ചർച്ചകളും, പഠനങ്ങൾ, സ്ഥിതിവിവര പട്ടിക – തുടങ്ങിയവയെല്ലാം കുട്ടികളുടെ ദയനീയാവസ്ഥ തുറന്നുകാട്ടിയിരുന്നെങ്കിലും ഹിനെയെടുത്ത ആയിരക്കണക്കിന് ചിത്രങ്ങൾ ചെലുത്തിയ സ്വാധീനം ചരിത്രപരമായിരുന്നു. ഈ സ്വാധീനത്തിന്റെ കൗതുകം തുളുമ്പിയ ഒരേട് പലരുടെയും ഓർമ്മയിലുണ്ടാവാനിടയില്ല. 'ജീവിതത്തിലേക്കൊരു രക്ഷ' എന്ന ഹിനെ സമാഹാരം പ്രശസ്ത ജനകീയ ഡോക്ടറും ഫോട്ടോഗ്രാഫറുമായ മാർക്ക് നൊവാൻസിൽസ്കിയിലുണ്ടാക്കിയ പ്രചോദനം അഗാധമായിരുന്നു. വീടുവീടാന്തരം കയറിയായിരുന്നു അദ്ദേഹത്തിന്റെ ചികിത്സ. വൃദ്ധരോഗികളുടെ വിവരണങ്ങൾ എഴുതിവെക്കുന്നതിനുപകരം അവരെ ക്യാമറയിൽ പകർത്തുകയായിരുന്നു. ഈ ഡോക്യുമെന്റേഷന് ഏറ്റവും പ്രേരണയായതാവട്ടെ ഹിനെയും. നൊവാൻസിൻസ്കിയുടെ അപൂർവ്വ രീതിയും മാതൃകയും മുൻനിർത്തി സിനിമയും പിറന്നു. *ഹൗസ് കോൾസ്.* ഇയാൻ മക്‌ലിയോഡ് തിരക്കഥയെഴുതി സംവിധാന ചെയ്ത ചിത്രം 2006 ൽ ജെമിനി അവാർഡ് നേടുകയുണ്ടായി. മികച്ച സാമൂഹ്യ – രാഷ്ട്രീയ ഡോക്യുമെന്ററി വിഭാഗത്തിലായിരുന്നു അംഗീകാരം. മൂന്നു വൃദ്ധരോഗികളുടെ അസ്വസ്ഥതകളും അവശതകളും ചികിത്സകനുമായുള്ള ബന്ധദാർഢ്യവും കോർത്തിണക്കി

യ സിനിമയ്ക്കും ഹിനെയുടെ രചനകൾ ബലം നല്കി. കുട്ടികളെക്കുറിച്ചുള്ള ഫോട്ടോകൾ പ്രത്യേകിച്ചും. ഫോട്ടോഗ്രാഫർമാർ കള്ളം പറയാറില്ല; എന്നാൽ കള്ളന്മാർക്കും ഫോട്ടോ എടുക്കാം എന്ന ഹിനെയുടെ വാക്കുകളുടെ ആന്തരിക സൂചനകളും മക്ലിയോഡിന് ആവേശമായിരുന്നിരിക്കണം. ബാലവേലയെക്കുറിച്ചുള്ള ഫോട്ടോകൾ പിടിച്ചതിൽ ഹിനെ ഒരിക്കലും വിഷമിച്ചില്ല. തന്റെ വഴി ശരിയായിരുന്നുവെന്നുതന്നെ അദ്ദേഹത്തിന് ഉറപ്പുണ്ടായിരുന്നു. ഇത്തരം കാര്യങ്ങളുടെ സാദ്ധ്യത ഭരണകേന്ദ്രങ്ങൾക്ക് കാണിച്ചു കൊടുത്തു അവയെന്നും കൂട്ടിച്ചേർക്കുകയും ചെയ്തു.

യുദ്ധം അരിഞ്ഞ കൊച്ചു കൈകൾ

മരിച്ചവർ മാത്രമാണ് യുദ്ധവസാനത്തിന് സാക്ഷിയായത് എന്ന പ്ലേറ്റോയുടെ വചനം അധിനിവേശം കുത്തിക്കീറിയ രാജ്യങ്ങളുടെയും മനുഷ്യരുടെയും ഇതര ജീവജാലങ്ങളുടെയും സങ്കടാവസ്ഥ നന്നായി വിളിച്ചുപറയുന്നതാണ്. അന്താരാഷ്ട്ര നീതിയും മനുഷ്യാവകാശവും രാജ്യങ്ങളുടെ പരമാധികാരവും കശക്കിയെറിഞ്ഞാണ് ഓരോ കടന്നുകയറ്റങ്ങളും. അമേരിക്കൻ സാമ്രാജ്യത്വം ഇറാഖിനെ ഉഴുതുമറിച്ച് താണ്ഡവമാടിയപ്പോൾ കേട്ടുകേൾവിയില്ലാത്ത നാശനഷ്ടങ്ങളാണുണ്ടായത്. മിസൈൽ ആക്രമണത്തിൽ ഇരുകൈയും അറ്റുപോയ അലി ഇസ്മയിൽ അബ്ബാസ് എന്ന പന്ത്രണ്ടുകാരന്റെ ദുര്യോഗം വിവരിക്കാൻ വാക്കുകൾക്ക് കഴിഞ്ഞതേയില്ല. എന്നാൽ 60 ശതമാനം പൊള്ളലേറ്റ് ആശുപത്രിക്കിടക്കയിൽ നരകിച്ച അവന്റെ അവസ്ഥ ലോകമറിഞ്ഞത് ഫലേ ഖെയ്ബെർ എടുത്ത ഫോട്ടോയിലൂടെ. ഇറാഖിനുമേൽ അമേരിക്ക തീ തുപ്പിയതിന്റെ ഭീകരതയും മൃഗീയതയും ബോദ്ധ്യപ്പെടുത്തുകയായിരുന്നു അത്.

2003 മാർച്ച് 30 അർദ്ധരാത്രിക്കപ്പുറത്തേക്ക് സമയം ഇഴഞ്ഞു നീങ്ങുന്നു. കാതടിപ്പിച്ച കൂറ്റൻ ശബ്ദം. വീടിനുമേലെ മിസൈൽ പതിച്ചു. അവിടമാകെ തീഗോളങ്ങൾ. വീട്ടിലുള്ളവരെയൊന്നും കാണുന്നില്ല. എന്നാൽ കൂട്ടക്കരച്ചിലിന്റെ ഒച്ച ചുറ്റും തളംകെട്ടി. വേദന തുളുമ്പിയ സ്വപ്നമായിരിക്കുമെന്നാണ് അബ്ബാസ് കരുതിയത്. അച്ഛനും ഗർഭിണിയായ അമ്മയും സഹോദരനും അമ്മായിയും ഉൾപ്പെടെ കുടുംബത്തിലെ 14 പേരെ അമേരിക്കൻ മിസൈൽ ശവക്കൂനയാക്കിയത് അവൻ അപ്പോൾ അറിഞ്ഞതേയില്ല. ബാഗ്ദാദിലെ കിൻഡി ആശുപത്രിയിൽ മരണം കൊതിച്ച് കിടന്ന ആദ്യ ദിനങ്ങൾ. പരിചരിക്കാനെത്തിയ അയൽ

ക്കാരിയോട് അവന് ചോദിക്കാനുണ്ടായത്, അച്ഛനും അമ്മയും തന്നെ കാണാൻ വരാത്തതെന്തേ എന്നുമാത്രമായിരുന്നു. ആവർത്തിച്ചുള്ള ചോദ്യങ്ങൾക്ക് അവർ പറഞ്ഞ മറുപടി, റോഡ് തടസ്സം കാരണം വരാനായില്ല എന്നും. ഈ കള്ളം നിരത്തിയപ്പോൾ അയൽക്കാരിയുടെ കണ്ണുകൾ നിറഞ്ഞുകവിയുകയുണ്ടായി. അബ്ബാസിന് കാര്യം പിടികിട്ടി. ഒന്ന് നിലവിളിക്കാൻ പോലുമാകാത്തവിധം അവൻ മരവിച്ചുപോയിരുന്നു.

അധിനിവേശത്തിന്റെ മുറിവുകൾ തേടി ബാഗ്ദാദിലെത്തിയതായിരുന്നു *റോയിറ്റേഴ്സ്* ബ്യൂറോചീഫ് സമിയ നഖൗളും ഫോട്ടോഗ്രാഫർ ഫലേ ഖെയ്ബെറും. കിൻഡി ആശുപത്രിയിലെ ഓപ്പറേഷൻ തീയേറ്ററിനു മുന്നിലെത്തിയത് ഒന്നും അറിഞ്ഞിട്ടായിരുന്നില്ല. എന്തെങ്കിലും അത്യാഹിതങ്ങളുണ്ടായോ എന്ന് നേഴ്സിനോട് വെറുതെ തിരക്കി. ആ സ്ത്രീ അവരെ അബ്ബാസിനരികിലേക്ക് കൊണ്ടുപോയി. വേദനയുടെ പിടിവലിയിൽ അവന്റെ മുഖംപോലും നിറംമാറിയിരുന്നു. അളവുവെച്ച് മുറിച്ചപോലെ രണ്ടുകൈയും നഷ്ടപ്പെട്ട ആ അനാഥന്റെ ശരീരം പഞ്ഞിയും തുണിയും മറച്ചുവെച്ചപോലെ. ക്യാമറ കണ്ടപ്പോൾ യാചനാനിർഭരമായ കണ്ണുകളോടെ ഒന്നനങ്ങി. ലബനീസ് യുദ്ധമടക്കം റിപ്പോർട്ട് ചെയ്ത സമിയ നഖൗളും ഫലേ ഖെയ്ബെറും അക്ഷരാർത്ഥത്തിൽ നിലതെറ്റി വിഴുകയായിരുന്നു. ആ കുഞ്ഞിന്റെ കിടപ്പ് അവരെ കരയിപ്പിച്ചു. മണിക്കൂറുകൾ കഴിഞ്ഞാണ് നഖൗളിന് സാധാരണാവസ്ഥയിലെത്തി വാർത്തയെഴുതാനായത്. ചോരകിനിഞ്ഞ അതേക്കാൾ ലോകത്തെ പിടിച്ചുലച്ചത് ഖെയ്ബെറെടുത്ത ഫോട്ടോ. പല ലോക മാദ്ധ്യമങ്ങളും പുനഃപ്രസിദ്ധീകരിച്ച അത് യുദ്ധ ഭീകരതക്കെതിരായ ഓർമ്മപ്പെടുത്തലായി ഇപ്പോഴും ജനമനസ്സുകളിൽ ജീവിക്കുന്നുമുണ്ട്.

മുറിവുകൾ കരിഞ്ഞശേഷം അബ്ബാസ് കുവൈത്തിലേക്ക് പോയി. അവിടെനിന്ന് വിദഗ്ദ്ധ ചികിത്സയ്ക്കായി ലണ്ടനിലേക്കും ചില മനുഷ്യസ്നേഹികളുടെയും സ്ഥാപനങ്ങളുടെയും പിന്തുണയിൽ കൃത്രിമ കൈകൾ വച്ചുപിടിപ്പിച്ചുവെങ്കിലും അസ്വസ്ഥതകൾ കാരണം സ്ഥിരമായി ഉപയോഗിക്കാറില്ല. പല രാജ്യങ്ങളും ക്ഷണിച്ചുവെങ്കിലും ബ്രിട്ടൻ വിട്ടുപോയില്ല. ഇറാഖിൽ വെച്ചുതന്നെ ഒരു കൈയും ഒരു കാലും നഷ്ടമായ അഹ്മ്മദ് ഹംസയ്ക്കൊപ്പം കഴിയാനാണ് ആഗ്രഹിച്ചത്. 2010 ൽ അബ്ബാസ് ബ്രിട്ടീഷ് പൗരത്വം സ്വീകരിച്ചു. വല്ലപ്പോഴും ബാഗ്ദാദിലേക്ക് പോവുകയും ചെയ്യുന്നു. എന്തുകൊണ്ട് അവിടെ സ്ഥിരതാമസമാക്കുന്നില്ലെന്ന് ചോദിച്ചാൽ സുരക്ഷാഭയം എന്ന പ്രതികരണമാവും ഉടൻ. ഇറാഖ് എന്റെ രാജ്യം തന്നെയാണ്. അരക്ഷിതാവസ്ഥയാണ് പ്രധാന തടസ്സം. ആവശ്യത്തിന് വെള്ളമോ വൈദ്യുതിയോ ഇല്ല. എന്തിനധികം ചില ആശുപത്രികൾ ഇരുട്ടിലാണ് പ്രവർത്തിക്കുന്നതെന്നും കൂട്ടിച്ചേർത്തു.

കുട്ടിക്കാലം മുതൽ ഫുട്ബോൾ കമ്പക്കാരനായിരുന്ന അബ്ബാസ് ലണ്ടൻ മൈതാനത്ത് എല്ലാ ഞായറാഴ്ചയും കളിക്കിറങ്ങും. രണ്ടു കൈയുമില്ലാതെയുള്ള അയാളുടെ നീക്കങ്ങൾക്ക് വൻ ആരവങ്ങളുടെ

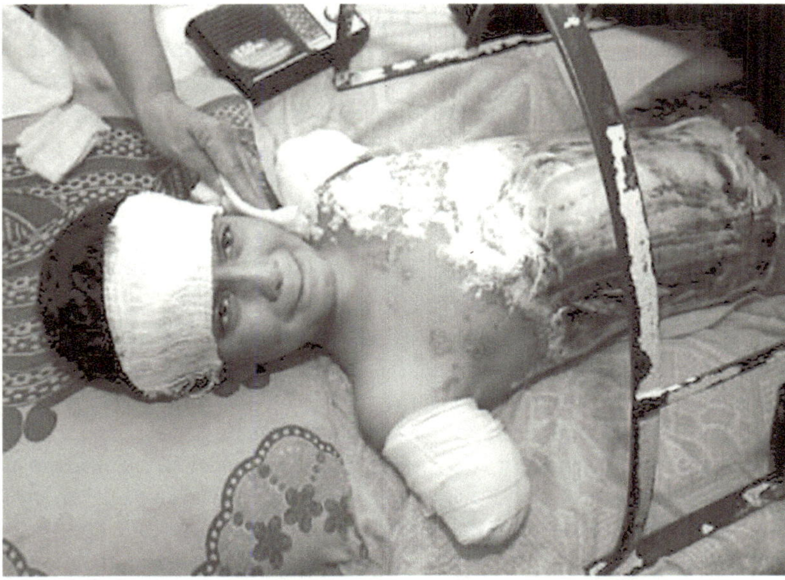

അലി ഇസ്മയിൽ അബ്ബാസ് ആശുപത്രിക്കിടക്കയിൽ

പിന്തുണയുണ്ടാകും. ഒഴിവുവേളകൾ പൂർണ്ണമായും ടെലിവിഷനുകളിലെ സ്പോർട്സ് ചാനലുകൾക്ക് മുന്നിലാണ്. ഹൃദയം പിളർന്ന മികച്ച മത്സരങ്ങളുടെ കാസറ്റും കണ്ടുകൊണ്ടിരിക്കും. മാഞ്ചസ്റ്റർ യുണൈറ്റഡാണ് മനസ്സിൽ വേലിയേറ്റമുണ്ടാക്കുന്ന ടീം. അവിടെനിന്നുള്ള സുഹൃത്ത് ആ ടീമിന്റെ ജഴ്സി അയച്ചുകൊടുക്കുന്നത് വലിയ ആദരവായാണ് അബ്ബാസ് കണക്കാക്കുന്നതും. മാഞ്ചസ്റ്റർ യുണൈറ്റഡിന്റെ ഡ്രസ്സിങ് റൂമിലേക്കു വരെ പ്രവേശനമുണ്ട് ഈ ആരാധകന്. അലെക്സ് ഫെർഗൂസനെപ്പോലുള്ള പ്രതിഭകൾ അബ്ബാസിനെ അടുത്ത സുഹൃത്തായാണ് കണക്കാക്കുന്നത്. പഴയ സ്കോട്ടിഷ് കളിക്കാരനും മാനേജരുമായ ഫെർഗൂസൻ 1986 ലാണ് മാഞ്ചസ്റ്ററിന്റെ അമരത്തെത്തുകയും ടീമിന്റെ കുതിപ്പുകളിൽ കൈയൊപ്പ് നല്കുകയും ചെയ്യാൻ തുടങ്ങിയതും. 2013 വരെ ഇത് തുടർന്നു. തൊട്ടതിലെല്ലാം പൊൻനേട്ടങ്ങൾ ചേർത്തുവെച്ചായിരുന്നു വിടവാങ്ങൽ. കാൽപ്പന്തിന്റെ ചരിത്രത്തിലെ ഏറ്റവും ബഹുമാന്യനായ മാനേജരായാണ് അദ്ദേഹത്തെ അബ്ബാസ് പരിഗണിക്കുന്നത്.

2013 ജനുവരിയിൽ നടന്ന അബ്ബാസിന്റെ വിവാഹവും വാർത്താശ്രദ്ധനേടി. പതിനെട്ടുകാരി അൻകം ഹംസയായിരുന്നു ആ ജീവിതത്തിന്റെ പകുതിയായെത്തിയത്. ബാല്യകാലത്ത് തുടങ്ങിയ കൗതുകം പ്രണയമായി പൂക്കുകയായിരുന്നു. ഇരുകൈയും നഷ്ടമായിട്ടും അബ്ബാസിനെ അവർ കൈയൊഴിഞ്ഞില്ല. ഭാര്യയെ എങ്ങനെ കെട്ടിപ്പുണരും

എന്ന ക്രൂരമായ ഫലിതത്തിന് കുറിക്കുകൊള്ളുന്ന മറുപടിയായിരുന്നു അബ്ബാസിന്റേത്. അത് കാര്യമാക്കേണ്ട താനൊരു ചുംബന വിദഗ്ദ്ധനാണെന്ന മട്ടിലായിരുന്നു തമാശ. കൈകൾക്ക് ഒന്നും പകരമാവില്ലെന്ന് പ്രതികരിച്ച അബ്ബാസ്, യുദ്ധത്തിനെതിരെയും നിരന്തരം ശബ്ദമുയർത്തി. ഭൂതകാലത്തെ ഒന്നും നമുക്ക് തിരുത്താനാവില്ല. അതിനാൽ മുന്നോട്ടു മാത്രം നോക്കാൻ ശീലിക്കണം. യുദ്ധം ഒന്നിന്റെയും അവസാന വാക്കാകരുതെന്നും അയാൾ വിശദീകരിക്കുന്നു. ജീവകാരുണ്യ പ്രവർത്തനങ്ങളിലും സജീവമാണിപ്പോൾ അബ്ബാസ്. വിയത്നാം യുദ്ധത്തിന്റെ ഫോട്ടോ ചിഹ്നമായ കിം ഫുക് മുതിർന്നപ്പോൾ അവർ രൂപംനല്കിയ ഫൗണ്ടേഷൻ അബ്ബാസിന് സഹായം നല്കാനും മുന്നിട്ടിറങ്ങിയിരുന്നു.

അബ്ബാസിന്റെ ഫോട്ടോയെടുത്ത ഫലേ ചെയ്ബെറും വാർത്തയെഴുതിയ സമിയ നഖൗളും അമേരിക്കൻ ഷെല്ലാക്രമണത്തിൽനിന്ന് തലനാരിഴയ്ക്കാണ് രക്ഷപ്പെട്ടത്. അവർ താമസിച്ചിരുന്ന ബാഗ്ദാദിലെ പലസ്തീൻ ഹോട്ടൽ ലക്ഷ്യമാക്കാൻ രണ്ട് കാരണങ്ങളുണ്ടായി. *റോയിറ്റേഴ്സ് ബ്യൂറോ ഓഫീസ്* അതിന്റെ പതിനഞ്ചാം നിലയിലായിരുന്നുവെന്നത് ആദ്യ കാരണം. രണ്ടാമത്തേതാകട്ടെ, ഹോട്ടൽ കേന്ദ്രീകരിച്ച് അമേരിക്കൻ വിരുദ്ധ ഗൂഢാലോചന നടക്കുന്നുവെന്ന കുപ്രചരണവും. ഇരുന്നൂറ് അന്താരാഷ്ട്ര പത്രപ്രവർത്തകരുടെ വാസസ്ഥലം കൂടിയായിരുന്നു പലസ്തീൻ ഹോട്ടൽ. ഷെല്ലാക്രമണത്തിൽ രണ്ട് ലേഖകർ മരിച്ചുവീണു. നിരവധി പേർക്ക് പരിക്കേല്ക്കുകയുമുണ്ടായി. കാലിന് ഗുരുതര മുറിവേറ്റ ചെയ്ബെറും തലയ്ക്ക് ക്ഷതമേറ്റ നഖൗളും ദീർഘനാൾ ചികിത്സയെടുത്താണ് ജോലിയിൽ തിരിച്ചെത്തിയത്. ഴാങ് പോൾ സാർത്ര് എത്ര ശരിയാണ്. സമ്പന്നർ യുദ്ധം അഴിച്ചുവിടുമ്പോൾ പാവങ്ങളാണ് മരിച്ചുവീഴുക.

ഗുജറാത്തിന്റെ നിർവ്വചനം

മനുഷ്യത്വം എന്ന വാക്കുപോലും അപ്രസക്തമാക്കിയ ഗുജറാത്ത് ഉന്മൂലന ശ്രമത്തിന്റെ ഒരേയൊരു ചിഹ്നമായി കണക്കാക്കാവുന്നതാണ് കുത്തുബ്ദിൻ അൻസാരിയുടെ ഫോട്ടോ. കാടത്തം കൊടി കയറിയ 2008 ഫെബ്രുവരി 28നായിരുന്നു ആ ഇരുപത്തിയൊൻപതുകാരൻ, കൊലയാളികൾക്കുമുന്നിൽ ഭയവിഹ്വലനായി അവസാനമായി കേണപേക്ഷിച്ചത്. കൂട്ടക്കുരുതികൾക്കായി നടക്കുന്ന ഗൂഢാലോചനകളെ എക്കാലവും പിടിച്ചുലയ്ക്കുന്ന ആ ഫോട്ടോ അർക്കോ ദത്തയുടേതായിരുന്നു.

ഇറ്റലിയിൽ ബെനിറ്റോ മുസോളിനിയും ജർമ്മനിയിൽ അഡോൾഫ് ഹിറ്റ്ലറും തുറന്നുപിടിച്ച വംശഹത്യയുടെ തത്ത്വശാസ്ത്രത്തിനൊപ്പം ആയുധങ്ങളും ഇറക്കുമതിചെയ്ത ഇന്ത്യൻ ഫാസിസ്റ്റുകളാണ് സംഘപരിവാരം. ഗാന്ധിജിയുടെ ജീവനെടുക്കാൻ നാഥുറാം വിനായക ഗോഡ്സെ കൈയിലേന്തിയ തോക്ക് ഇറ്റാലിയൻ നിർമ്മിതമായിരുന്നുവെന്നത് യാദൃച്ഛികമാവാമെങ്കിലും ചില യൂറോപ്യൻ സമാനതകൾ നമ്മുടെ രാജ്യത്തും കാണാനായി. 2002 ൽ ഗുജറാത്തിൽ കാവിപ്പട അഴിഞ്ഞാടിയപ്പോൾ ആയിരക്കണക്കിന് മുസ്ലീങ്ങൾക്ക് ജീവൻ നഷ്ടമാവുകയും ഒട്ടേറെ ആരാധനാലയങ്ങൾ തകർക്കുകയും അന്യമതസ്ഥരുടെ സ്ഥാപനങ്ങൾ തുടച്ചുനീക്കുകയുംചെയ്തു. മഹാത്മാവിന്റെ വധത്തിനും ബാബറി മസ്ജിദ് തകർക്കലിനും ശേഷം നരേന്ദ്രമോദിയുടെ കാർമ്മികത്തിൽ നാസി പരീക്ഷണം കൂടുതൽ തീക്ഷ്ണമാക്കുകയായിരുന്നു. പൂർണ്ണ ഗർഭിണിയുടെ വയർ ശൂലംകൊണ്ട് കുത്തിക്കീറി കുട്ടിയെ അതിൽ നിർത്തി റോഡിലൂടെ നടന്ന ഭീകരതപോലുമുണ്ടായി. ചില കുടുംബങ്ങളെ അർദ്ധരാത്രി വീടുപൂട്ടി തീയിട്ട് കൊന്നതും മറക്കാനാവില്ല. കൊള്ളയും

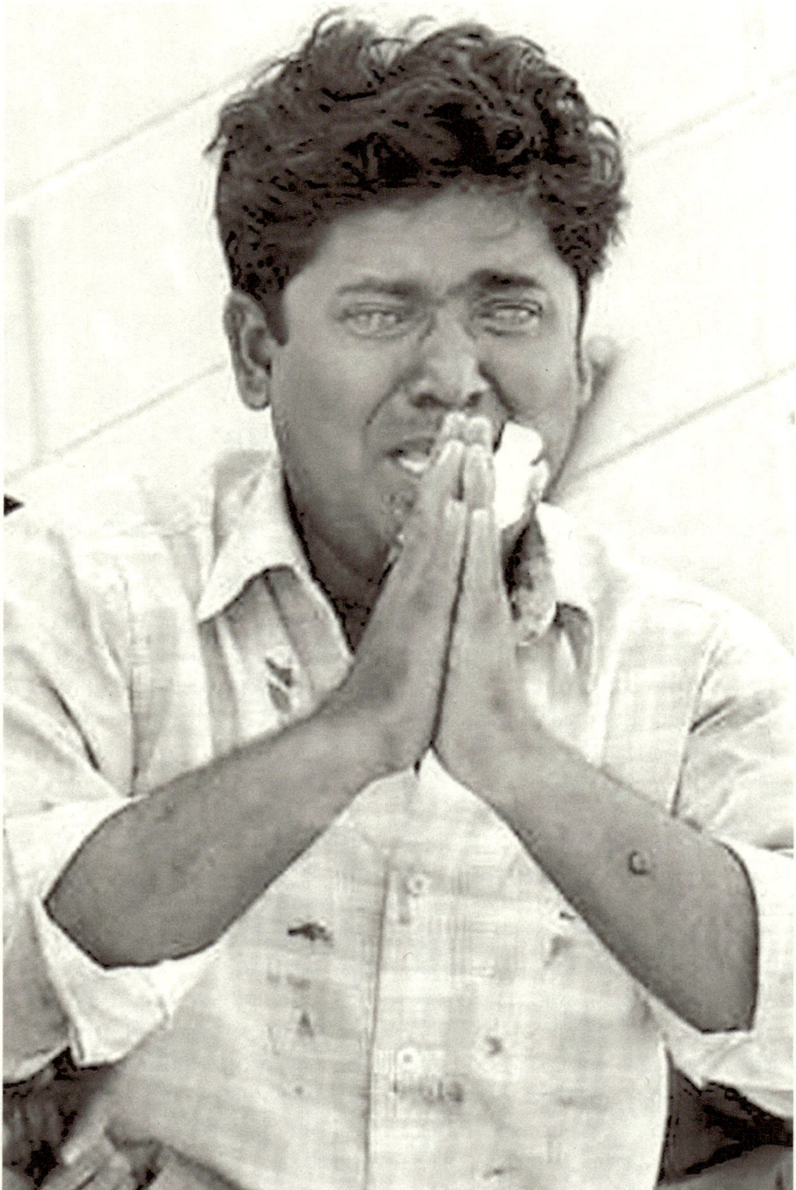

കുത്തുബ്ദീൻ അൻസാരി

ബലാത്സംഗങ്ങളുംകൂടി അനുബന്ധമായി നടന്നു.

മനുഷ്യത്വം എന്ന വാക്കുപോലും അപ്രസക്തമാക്കിയ ഗുജറാത്ത് ഉന്മൂലന ശ്രമത്തിന്റെ ഒരേയൊരു ചിഹ്നമായി കണക്കാക്കാവുന്നതാണ് കുത്തുബ്ദിൻ അൻസാരിയുടെ ഫോട്ടോ. കാടത്തം കൊടികയറിയ 2008 ഫെബ്രുവരി 28നായിരുന്നു ആ ഇരുപത്തിയൊൻപതുകാരൻ, കൊലയാളികൾക്കുമുന്നിൽ ഭയവിഹ്വലനായി അവസാനമായി കേണപേക്ഷിച്ചത്. കണ്ണുകളിൽ കരുണയും കൈകൂപ്പലിൽ യാചനയും സംസാരത്തിൽ ജീവൻവേണമെന്ന ഒറ്റ ആവശ്യവും നിറച്ചായിരുന്നു അയാളുടെ അഭ്യർത്ഥന. കൂട്ടക്കുരുതികൾക്കായി നടക്കുന്ന ഗൂഢാലോചനകളെ എക്കാലവും പിടിച്ചുലയ്ക്കുന്ന ആ ഫോട്ടോ അർക്കോ ദത്തയുടേതായിരുന്നു.

ആയുധങ്ങളും തീയും ഹിംസാത്മകതയും ഒപ്പംകൂട്ടി പാഞ്ഞടുത്ത കൊടുംകുറ്റവാളികൾ വീടിന്റെ ഗ്രൗണ്ട് ഫ്ളോർ മുഴുവനായും നശിപ്പിച്ചു. ഒന്നാം നിലയിലേക്ക് പറന്നുയർന്ന സംഘത്തോടായിരുന്നു കുത്തുബ്ദിന്റെ കൂപ്പുകൈ. ആ ഫെബ്രുവരി ആഭ്യന്തരയുദ്ധത്തിന്റെ അന്തരീക്ഷത്തിൽ അമർന്നു കഴിഞ്ഞിരുന്നു. കത്തിക്കൊണ്ടിരുന്ന ശവങ്ങളിൽനിന്നും കടകളിൽനിന്നും വീടുകളിൽനിന്നും പുകയുടെ കടലുയർന്നു. ഉച്ചനേരത്തുപോലും ഇരുട്ടിന്റെ തിരശ്ശീലയ്ക്കുള്ളിലായിരുന്നു പല നഗരങ്ങളും. ഗ്യാസ് സിലിണ്ടറുകൾ വെടിയൊച്ച ഓർമ്മിപ്പിച്ച് ഇടയ്ക്കിടെ പൊട്ടിത്തെറിച്ചുകൊണ്ടിരുന്നു. വാളുകൾ ഉയർത്തി തെരുവുകളിൽ നിറഞ്ഞ ചെറുപ്പക്കാർ ഹിന്ദുത്വ മുദ്രാവാക്യങ്ങളെഴുതിയ തലക്കെട്ടുകളും ധരിച്ചു.

പേടിച്ചരണ്ട് പാതി ജീവൻ നിലച്ച കുത്തുബ്ദിന്റെ കണ്ണുകളാണ് ദത്തയുടെ ശ്രദ്ധയിലെത്തുന്നത്. മോട്ടോർ സൈക്കിളിൽ റോന്തുചുറ്റുകയായിരുന്നു അദ്ദേഹം. വർഗ്ഗീയ ഭ്രാന്തന്മാർ കുത്തുബ്ദിനിനെ കൂട്ടിലിട്ടവണ്ണം വളഞ്ഞുവെച്ചിരിക്കുന്നു. ശബ്ദങ്ങൾ പൊട്ടിച്ചിതറിയപോലെ അയാൾ അപേക്ഷിക്കുകയാണ്. ദത്തയും പേടിയുടെ മുനയിലായി. ധൈര്യം സംഭരിച്ച് ആ രംഗം ഒപ്പിയെടുത്തു. മാഗസിനുകളിലും ടെലിവിഷനുകളിലും പിന്നെയത് പ്രതീകംപോലെ ആവർത്തിക്കപ്പെട്ടു. ഇതും അതിലെ നായകന് വിനയായി. എല്ലാവരും എവിടെയും തിരിച്ചറിയുന്ന അവസ്ഥ. ഭീഷണിയും പിന്തുടരലും കളിയാക്കലുകളും മരണതുല്യമായിരുന്നു. ഈ സങ്കടാവസ്ഥയ്ക്കിടയിലാണ് പശ്ചിമബംഗാൾ സർക്കാരിന്റെ സഹായഹസ്തം നീളുന്നത്. മൂന്നുവർഷം കമ്യൂണിസ്റ്റുകാരുടെ കാവലിൽ കൊൽക്കത്തിയിൽ സുരക്ഷിതനായി താമസിച്ചു. 2005 ൽ അഹമ്മദാബാദിലേക്ക് തിരിച്ചുപോയി. ഗുജറാത്ത് കൂട്ടക്കൊലയ്ക്ക് പ്രതികാരം ചോദിക്കണമെന്ന ഇന്ത്യൻ മുജാഹിദിന്റെ ആഹ്വാനത്തിൽ തന്റെ ചിത്രം ചേർത്തത് കുത്തുബ്ദിന് താങ്ങാവുന്നതിനപ്പുറമായിരുന്നു. താനിപ്പോഴും ജീവിക്കുന്നുവെന്നതും ഭയമുണ്ടാക്കുന്നു എന്ന മട്ടിൽ പ്രതികരിക്കുകയും ചെയ്തു. അയാളുടെ മൂന്നുകുട്ടികളും ആവർത്തിക്കാറുള്ള

അർക്കോ ദത്ത

ചോദ്യത്തിന് മുന്നിൽ എപ്പോഴും നിശ്ശബ്ദനായി. എന്തിനാണ് അച്ഛൻ കരയുന്നത് എന്നാണവർക്ക് അറിയേണ്ടിയിരുന്നത്. വംശഹത്യയുടെ യാഥാർത്ഥ്യങ്ങൾ എങ്ങനെ വിവരിക്കുമെന്നായിരുന്നു ആ പിതാവിന്റെ സങ്കടം. അവർക്ക് ഇനിയും ഇവിടെ ജീവിക്കേണ്ടേ എന്ന കൂട്ടിച്ചേർക്കലും.

താനെടുത്ത ഫോട്ടോ അതിലെ കഥാപാത്രത്തിന് ബുദ്ധിമുട്ടുണ്ടാക്കിയതിൽ ദത്ത ക്ഷമചോദിച്ചുവെങ്കിലും ഒരിക്കലും കുറ്റബോധം പുറത്തു കാട്ടിയില്ല. അത് തന്റെ ജോലിയായിരുന്നെന്നും അതിലൂടെ ഒരു ജീവൻ രക്ഷിക്കുകയായിരുന്നെന്നും ദത്ത വിശ്വസിച്ചു. ഫോട്ടോയേക്കാൾ അതോടുള്ള പ്രതികരണമായിരുന്നു ശ്രദ്ധേയമെന്ന് പറഞ്ഞ അദ്ദേഹം പൊതുജനാഭിപ്രായം രൂപീകരിക്കുന്നതിൽ അത് വഹിച്ച പങ്കും ഓർമ്മിപ്പിച്ചു. അതിക്രമത്തിന്റെ സ്ഥിതിവിവര കണക്കുകൾ കേട്ടാൽ ആർക്കും വലിയ ഞെട്ടലുണ്ടാവാറില്ല. എന്നാൽ ആ സാഹചര്യത്തിന്റെ ഇരകളെ കണ്ടാൽ തീർച്ചയായും വേദനിക്കും. അത്തരമൊരു ഫലമാണ് കുത്തുബ്ദിന്റെ ഫോട്ടോ ഉണ്ടാക്കിയതെന്നും കൂട്ടിച്ചേർത്തു. 1969 ഫെബ്രുവരി നാലിന് ദില്ലിയിൽ ജനിച്ച അർക്കോ ദത്ത 1991 ൽ *ഇന്ത്യൻ എക്സ്പ്രസിലൂ*ടെയാണ് ഫോട്ടോ ജേണലിസ്റ്റാകുന്നത്. പിന്നെ ടെലഗ്രാഫിലും എ എഫ് പിയിലുമെത്തി. ഇറാഖ്–അഫ്ഗാനിസ്ഥാൻ സംഘർഷങ്ങൾ പകർത്തിയ അദ്ദേഹത്തിന്റെ ഫോട്ടോകൾ *ദി ന്യൂയോർക്ക് ടൈംസ്, വാഷിങ്ടൺ*

പോസ്റ്റ്, ഗാർഡിയൻ, ഇന്റർനാഷണൽ ഹെറാൾഡ് ട്രിബ്യൂൺ തുടങ്ങിയ പത്രങ്ങളിലും പ്രസിദ്ധീകരിച്ചു. *ടൈംസ്, ന്യൂസ് വീക്ക്, ദി എക്കണോമിസ്റ്റ്* അടക്കം അന്താരാഷ്ട്ര മാഗസിനുകളിൽ കവർ ചിത്രങ്ങളുമായി. 'റോട്ടോവിഷൻ' തയ്യാറാക്കിയ *ലോകത്തിലെ മികച്ച ഫോട്ടോഗ്രാഫർമാർ* പുസ്തകത്തിൽ ദത്ത ഇടംനേടുകയും ചെയ്തു. പുരസ്കാരം ലഭിച്ച ഒരു ഫോട്ടോ നെതർലാൻഡിൽ തപാൽ സ്റ്റാമ്പായത് മറ്റൊരു അംഗീകാരം. ഉദാൻ സ്കൂൾ ഓഫ് ഫോട്ടോഗ്രാഫിയുടെ സ്ഥാപകരിലൊരാളായ അദ്ദേഹത്തെ തേടി നിരവധി പുരസ്കാരങ്ങളുമെത്തി. 2005 ലെ വേൾഡ് പ്രസ് പിക്ചർ ഓഫ് ദി ഇയർ അവാർഡ്, രണ്ടുവട്ടം *ഏഷ്യൻ ഫോട്ടോഗ്രാഫി* മാഗസിന്റെ ഫോട്ടോഗ്രാഫർ ഓഫ് ദി ഇയർ പുരസ്കാരം പുലിസ്റ്റർ സമ്മാന നാമനിർദ്ദേശം, അമേരിക്കയിലെ എൻ പി എയുടെയും ചൈനയിലെ ചിപ്പിന്റെയും അംഗീകാരങ്ങൾ ഉൾപ്പെടെ. ലോകത്തിന്റെ വിവിധ ഭാഗങ്ങളിൽ വാർത്തകളും കായിക ഇനങ്ങളും പകർത്തിയ ദത്തയുടെ കുത്തുബ്ദിൻ ഫോട്ടോയെ ഗുജറാത്ത് കൂട്ടക്കൊലയുടെ 'നിർവ്വചന പ്രതിബിംബം' എന്നാണ് ലോക മാദ്ധ്യമങ്ങൾ വിശേഷിപ്പിച്ചത്.

വിലകൂടിയ ചുംബനം

വാക്കുകൾ അർത്ഥശൂന്യവും ഉപരിപ്ലവവുമാകുമ്പോൾ സംസാരത്തിന് തിരശ്ശീലയിടാൻ പ്രകൃതി രൂപകല്പന ചെയ്ത സ്നേഹം തുളുമ്പുന്ന കൗശലമാണ് ചുംബനമെന്ന് പറഞ്ഞത് വിശ്രുത സ്വീഡിഷ് നടി ഇൻഗ്രിഡ് ബെർഗ്മാൻ. ഹൃദയത്തെയും വികാരങ്ങളെയും തഴുകിയുണർത്തുന്ന ഗാഢചുംബനങ്ങളെക്കുറിച്ചുള്ള വർണ്ണനകൾകൊണ്ട് സമ്പന്നമാണ് സാഹിത്യം. പഴയതും പുതിയതുമായ കാലത്തെ ഒന്നിപ്പിക്കുന്ന എത്രയോ മുദ്രകൾ അതിൽ നിറയുന്നുമുണ്ട്. ഹൃദയം ചെറുപ്പമാക്കുന്ന, കണ്ണീർ തുടച്ചുകളയുന്ന, പുരുഷന്റെ കൈയൊപ്പ് തന്നെയായ, നിശ്ശബ്ദമെങ്കിലും ഏറെ പ്രതിധ്വനിക്കുന്ന, തകർന്ന വിശ്വാസം പുതുക്കിപ്പണിയാൻ തയ്യാറുള്ള മുത്തമിടലുകളെക്കുറിച്ച് ഒരിക്കലും അവസാനിക്കാത്ത നനുത്ത ഓർമ്മകൾ എവിടെയും കാണാം. മെർലിൻ മൺറോയുടെ പ്രതികരണം രസകരവും നേരിന്റെ വിവർത്തനവുമായിരുന്നു. "ഹോളിവുഡിൽ നിങ്ങളുടെ ഒരു ഉമ്മയ്ക്ക് പതിനായിരക്കണക്കിന് ഡോളർ കിട്ടും. എന്നാൽ ആത്മാവിന് അമ്പത് സെന്റ് മാത്രവും." ജീവിതത്തെ ഉണർത്തുകയും ഉറക്കുകയും ചെയ്യുന്ന ചുംബനം സിനിമയിലും ചിത്രകലയിലും ശില്പങ്ങളിലും എഴുത്തിലും ഉറവ വറ്റാത്ത സ്മൃതി ശേഖരമാണ്. ഭാഷയിൽ പ്രയോഗങ്ങളായും അത് സാന്നിദ്ധ്യമറിയിക്കുന്നു. *ബൈബിൾ*പോലുള്ള വിശുദ്ധ ഗ്രന്ഥങ്ങളെ ചുംബിക്കുന്നതിനെ കിസ് ദി ബുക്ക് എന്നും ദയനീയമായി പരാജയപ്പെടുന്നതിനെയും താഴ്മയായി പെരുമാറുന്നതിനെയും കിസ് ദി ഡസ്റ്റ് എന്നും ശിക്ഷ സന്തോഷത്തോടെ സ്വീകരിക്കുന്നതിനെ കിസ് ദി റോഡ് എന്നും പ്രത്യക്ഷത്തിൽ സ്നേഹപൂർവ്വമെങ്കിലും വിനാശകരമായ പ്രവൃത്തിയെ കിസ് ഓഫ് ഡെത്ത് എന്നും നെറ്റിയിൽ വീഴുന്ന മുടിച്ചുരുളിനെ കിസ് കേൾ എന്നു

ഹോട്ടൽ ഡി വില്ലെ

മൊക്കെയാണ് വിശേഷിപ്പിക്കുക.

യേശുക്രിസ്തുവിനെ ഒറ്റിക്കൊടുക്കാൻ യൂദാസ് കണ്ടെത്തിയ അടയാള പ്രവൃത്തി ചുംബനമായിരുന്നു. ശിഷ്യർക്കൊപ്പം ഗത്സെമെൻ ഉദ്യാനത്തിൽ പ്രാർത്ഥിക്കവെ തന്റെയും ഗുരുവായ ക്രിസ്തുവിനെ ശത്രുക്കൾക്ക് തിരിച്ചറിയാൻ യൂദാസ് കവിളിൽ ഉമ്മവെക്കുകയാണുണ്ടായത്. പ്രതീക്ഷിച്ചതെങ്കിലും ഈ സന്ദർഭത്തെ ക്രിസ്തു അഭിമുഖീകരിച്ചപ്പോൾ ഉയർത്തിയ ചോദ്യം ചുംബനത്തിന്റെ സ്നേഹ ഇഴകൾകൊണ്ട് ദൃഢമായതാണ്: സ്നേഹത്തിന്റെ അടയാളമായ ചുംബനംകൊണ്ടാണോ നീയെന്നെ ഒറ്റിക്കൊടുക്കുന്നത്? കിസ് ഓഫ് ഡെത്ത് എന്ന സങ്കല്പത്തെ സാധൂകരിക്കുകയായിരുന്നു ആ ചതി. കുട്ടികളുടെ വായിലേക്ക് ഭക്ഷണം ചവച്ചു നിറയ്ക്കുന്ന അമ്മമാരിൽ നിന്നാണത്രെ ചുംബനത്വരയുടെ ഉദയം. പഴയ നിയമത്തിലെ ഉത്തമഗീതത്തിലാണ് അതിന്റെ ആദ്യ ലിഖിത പരാമർശം. പല കാരണങ്ങളാലും അന്ധവിശ്വാസത്തിന്റെ ഭയം കണ്ണുരുട്ടുന്നതിനാലും ലോകത്തെ പത്ത് ശതമാനം ജനങ്ങൾ ചുംബനത്തിൽനിന്ന് അകന്നുനില്ക്കുകയാണെന്ന് പറയാറുണ്ട്. അശുദ്ധിയുടെ സംക്രമണപ്പേടിയും ഒരു കാരണമാണ്. മുഖത്തെ ആത്മാവിന്റെ പ്രവേശന ദ്വാരമായി കണക്കാക്കുന്ന സുഡാൻകാർ ഉമ്മവെച്ച് മരണത്തിലേക്ക് വീഴരുതെന്ന മുന്നറിയിപ്പ് നല്കുന്നു. ന്യൂസിലാൻഡിലെ മാവോറിസ് വിഭാഗം മൂക്കുകൊണ്ടാണ് മുത്തമിടുക. കാലിഫോർണിയയിലിത് ആലിംഗനമാണ്. ഇന്തോനേഷ്യയിലും ചുംബനഭ്രമത്തിന് വേഗം തീപിടിക്കാറില്ല. ലോകത്തെ കോരിത്തരിപ്പിച്ച ചുംബനങ്ങൾ മുൻനിർത്തിയുള്ള പഠനം കൊതിപ്പിക്കുന്നതാണ്. അമേരിക്കൻ ഗായികമാരും നർത്തകികളും അഭിനേത്രികളുമായ ബ്രിറ്റ്നി സ്പിയേഴ്സും മഡോണയും ചുണ്ടുകൾ കോർത്തുനിന്നത് ക്യാമറകൾ മിന്നൽപോലെയാണ് ഒപ്പിയെടുത്തത്. 2003 ലെ ഒരു അവാർഡ്ദാന ചടങ്ങിനിടെയായിരുന്നു ഇരുവരും ആരാധകരെ ഞെട്ടിച്ചതും. *ഗോസ്റ്റ്, ദി നോട്ട്ബുക്ക്, ഫ്രം നൗ ആൻഡ് ഫോർ എവർ, സ്പൈഡർമാൻ, ഗോഡ്ഫാദർ–2, ബ്രേക്ക്ഫാസ്റ്റ് അറ്റ് ടിഫാനീസ്* തുടങ്ങിയ ചലച്ചിത്രങ്ങളിലെ ചുംബനരംഗങ്ങൾക്ക് കാന്തിക പ്രവാഹമാർന്ന ഫലമായിരുന്നു. പ്രേക്ഷകർ വൈദ്യുതാഘാതമേറ്റപോലെ കുലുങ്ങി. വികാരത്തീയിൽ കത്തിയമരുംമുമ്പ് അവർ സംയമനത്തിന്റെ തീരം പിടിച്ചു. *ഗോസ്റ്റിലേത്* മരണ ചുംബനമായിരുന്നു. ഡെമി മൂറും പാട്രിക് സ്വായസും അവതരിപ്പിച്ച കഥാപാത്രങ്ങൾ മരണത്തെ ജയിക്കാൻ വിടുകയുമുണ്ടായി. *ദി നോട്ട്ബുക്ക്* നിക്കോളാസ് സ്പാർക്സിന്റെ നോവലിന് നിക്ക് കാസവെറ്റ്സ് ഒരുക്കിയ ചലച്ചിത്ര ഭാഷ്യമാണ്. കുറേ വർഷം നീണ്ട വിട്ടുനില്ക്കലിനുശേഷം പ്രധാന കഥാപാത്രങ്ങൾ മഴയുടെ വെള്ളിത്തുള്ളികൾ പാശ്ചാത്തലമാക്കിയും കാമാതുരമായും അഗാധചുംബനത്തിലൂടെ ഒന്നിക്കുകയാണതിൽ. *ഫ്രം നൗ ആൻഡ് ഫോർ എവറിൽ* ഹവായ് ബീച്ചിലെ ആലിംഗന രംഗമാണ് ചേർത്തത്. പഠനത്തിൽ ഇടം നേടിയ മറ്റ് മുത്തരംഗങ്ങൾ *ഓൺ ദി സ്ട്രീറ്റ്സ് ഓഫ് വാൻകോവർ, ആൽഫ്രെഡ് എയ്*

റോബർട് ഡോയിസ്നോ

സെൻഷട്, ഫോട്ടോ ഹോട്ടൽ ഡി വില്ലെ എന്നിവയാണ്. വാൻകോവർ തെരുവിലുണ്ടായ ഒരു സംഘർഷത്തിന്റെ ബഹളം അവഗണിച്ചായിരുന്നു ഉമ്മ. സ്റ്റാൻലി കപ്പ് ഹോക്കി ഫൈനലിൽ പരാജയപ്പെട്ട ടീമിന്റെ ആരാധകരായിരുന്നു അക്രമാസക്തമായത്. യുദ്ധക്കെടുതിയുടെ പൂർണ്ണവിരാമംകണ്ട് ആഹ്ലാദത്തേരിലേറിയ രണ്ട് യുവജനങ്ങളുടെ ആശ്ലേഷം ചുംബന ചിത്രങ്ങളിൽ പ്രധാനമാണ്. 1945 ൽ ജപ്പാന്റെ പിന്മാറ്റം അറിഞ്ഞ് നിർവ്വചിക്കാനാവാത്ത വികാരം കൈമാറുകയായിരുന്നു അമേരിക്കയിലെ ടൈം സ്ക്വയറിൽ. നാവികനും സൈനികാശുപത്രിയിലെ നേഴ്സും വിളക്കിച്ചേർത്തവിധം ചുംബിച്ചുനിന്നതാണ് ആൽഫ്രെഡ് എയ്സെൻഷട് ഒപ്പിയത്.

ഇവയെക്കാളെല്ലാം മനുഷ്യമനസ്സുകളിൽ അരിച്ചുകയറിയ ചുംബന ഫോട്ടോ റോബർട് ഡോയിസ്നോയുടെ ഹോട്ടൽ ഡി വില്ലെയാണ്. വിശ്വ പ്രസിദ്ധനായ ആ ഫ്രഞ്ച് ഫോട്ടോഗ്രാഫർ പുറത്തെത്തിച്ച ചിത്രത്തിലെ നായികാനായകന്മാരെ 1992 വരെ തിരിച്ചറിഞ്ഞിരുന്നില്ല. ഹെൻറി കാർടിയർ ബ്രസനൊപ്പം ഫോട്ടോ ജേണലിസത്തിന് വഴിചൂണ്ടിയവരിൽ പ്രധാനിയായിരുന്നു ഡോയിസ്നോ. പാരീസ് തെരുവിന്റെ ഒതുക്കമുള്ളതും വിനോദ നിർഭരവും എന്നാൽ വ്യംഗ്യാത്മകവുമായ പ്രതിബിംബങ്ങൾ തെരഞ്ഞുനടന്ന് അസുലഭ സന്ദർഭങ്ങൾ പകർത്തി അദ്ദേഹം.

ആൻഡ്രേ കെർട്ടെസ്, യൂജിൻ അട്ഗെട്, ബ്രസൻ – എന്നിവരുടെ സ്വാധീനം അഗാധമായിരുന്നു. ചലച്ചിത്രങ്ങൾക്കുപോലും കണ്ടെത്താൻ കഴിയാതിരുന്ന വിസ്മയാവഹങ്ങളായ ഒട്ടേറെ ദൃശ്യങ്ങൾ അങ്ങനെ പിറവിയെടുത്തു.

അതീവ പരിതാപകമായിരുന്നു ഡോയിസ്നോയുടെ ബാല്യം. നാലു വയസ്സ് മാത്രമുള്ളപ്പോൾ അച്ഛൻ മരിച്ചു; മൂന്നുവർഷത്തിനുള്ളിൽ അമ്മയും. പതിമൂന്നാം വയസ്സിൽ ക്രാഫ്റ്റ് സ്കൂളിൽ ചേർന്ന അവൻ മൂന്നു വർഷത്തിനുള്ളിൽ ഫോട്ടോഗ്രാഫിയിലേക്ക് അടുത്തു. ആ നാണംകുണുങ്ങിക്ക് മനുഷ്യരെ അഭിമുഖീകരിക്കാൻ കാലുറപ്പുണ്ടായില്ല. പാറകളുടെ ചിത്രമെടുക്കുകയായിരുന്നു ആദ്യകാലത്ത്. മെല്ലെ ക്യാമറയുടെ സ്ഥിരം കൂട്ടുകാരനായി. 1930 കളുടെ ആദ്യം ചില പ്രസിദ്ധീകരണങ്ങളുടെ സ്റ്റാഫ് ഫോട്ടോഗ്രാഫറായത് അങ്ങനെ. 1932 ൽ ആദ്യ ഫോട്ടോസ്റ്റോറി *എക്സെൽസിയർ* മാഗസിന് നല്കി. 1939 ൽ ചാൾസ് റാഡോ, റാഫോ ഏജൻസിയിലേക്ക് ക്ഷണിച്ചു. ജീവിതദൃശ്യങ്ങളിലെ വൈവിദ്ധ്യങ്ങൾതേടി രാജ്യം മുഴുവൻ അലഞ്ഞത് അക്കാലത്താണ്. രണ്ടാംലോകയുദ്ധംവരെ റാഫോയിൽ തുടർന്നു. സൈനികനായി ചേർന്ന അദ്ദേഹം ഫോട്ടോഗ്രാഫറുടെ ചുമതലയുമേറ്റു.

യുദ്ധാനന്തരമാണ് ഡോയിസ്നോയുടെ പ്രശസ്ത രചനകൾ പുറത്തുവന്നത്. എല്ലായ്പ്പോഴും ചില ആദർശങ്ങൾ മുറുകെപ്പിടിച്ചായിരുന്നു ആ ഫോട്ടോഗ്രാഫിക്ക് ജീവിതം. ജനങ്ങളെ അപഹസിക്കാൻ ഉപയോഗിക്കാനിടയുള്ള ചിത്രങ്ങളൊന്നും ഒപ്പിയതേയില്ല. ഫാഷൻഫോട്ടോഗ്രാഫിയുടെ വഴുവഴുത്ത തുറസ്സുകളിലേക്കും അർദ്ധനഗ്നമായ പെണ്ണുടലിന്റെ ആകർഷണീയതയിലേക്കും ഒട്ടിനില്ക്കാൻ അവസരങ്ങൾ മാടിവിളിച്ചിട്ടും അദ്ദേഹം തെരുവുകളിലേക്ക് തിരിച്ചുപോയി. "ജീവിതം അതേപോലെ പകർത്തുകയല്ല ഞാൻ, മറിഞ്ഞ് ജീവിതം എങ്ങനെയാവണമെന്ന് ആഗ്രഹിക്കുംവിധമായിരുന്നു ഫോട്ടോയെടുപ്പ്" എന്ന സത്യവാങ്മൂലം പ്രതിബദ്ധതയുടെ ചങ്കുറപ്പാണ്. പ്രശസ്ത കവികളും ബാലസാഹിത്യകാരുമായി ചേർന്ന് പ്രവർത്തിക്കുമ്പോഴും നിലപാടിൽനിന്ന് വ്യതിചലിച്ചില്ല. 1950 കളിൽ ഉയരങ്ങളിലെത്തിയ ഡോയിസ്നോ അറുപതുകളിൽ വന്യതയിലായി. ടെലിവിഷനുകളുടെ സ്വാധീനവും ചിത്രമാഗസിനുകളുടെ ഒഴിഞ്ഞുപോക്കുമായിരുന്നു ഈ അവസ്ഥയുണ്ടാക്കിയത്.

ലോക ഫോട്ടോഗ്രാഫിയിൽത്തന്നെ അമ്പരപ്പുണ്ടാക്കിയ *ഹോട്ടൽ ഡി വില്ലെ*, ഡോയിസ്നോയുടെ ജീവിതരേഖയും മാറ്റിവരച്ചു. ജാക്വെസ് കാർടെൻഡും ഫ്രാങ്കോയിസ് ദെൽബാർടും പാരീസിന്റെ തിരക്കേറിയ തെരുവിൽ ചുംബിച്ചു നിന്നതായിരുന്നു അതിന്റെ ഇതിവൃത്തം. യൗവനപ്രണയത്തിന്റെ വിശ്വഭാഷപോൽ അംഗീകരിക്കപ്പെട്ട ചിത്രം 1950 ജൂൺ 12 ന്റെ *ലൈഫ് മാഗസിനി*ലൂടെ വെളിച്ചംകണ്ടത് ഏറെ ചർച്ചകൾക്കിടയാക്കി. ചില സിനിമകളിൽ താരങ്ങളായി പ്രത്യക്ഷപ്പെട്ട കാർടെൻഡും ദെൽബാർടും അറിഞ്ഞിരുന്നില്ല ആ ഫോട്ടോയെടുപ്പ്. 1992 ൽ അതിലെ

കഥാപാത്രങ്ങൾ തങ്ങളാണെന്നറിഞ്ഞപ്പോൾ ഡോയിസ്നോയെ കോടതി കയറ്റി. കേസ് തള്ളിയത് മറ്റൊരു കഥ. ചുംബനദിനത്തിൽ കാർടെൻഡിന് ഇരുപത്തിമൂന്നും ദെൽബാർടിന് ഇരുപതും വയസ്സ് മാത്രമായിരുന്നു. ആഘോഷപരമായി തുടങ്ങിയ ബന്ധം ഒമ്പത് മാസമേ നീണ്ടുള്ളൂ. ദെൽബാർട് അഭിനയത്തിൽ തുടർന്നുവെങ്കിൽ ഭർത്താവ് വീഞ്ഞ് കച്ചവടത്തിലേക്ക് തിരിഞ്ഞു. 1990 ആദ്യവർഷങ്ങളിലെ കോടതി വ്യവഹാരങ്ങൾക്കുശേഷം ഡോയിസ്നോ ആ ഫോട്ടോയുടെ ഒരു പ്രതി ദെൽബാർടിന് കൈയൊപ്പ് പതിച്ചുനല്കി. 2005 ൽ 155000 യൂറോക്കാണ് 'വിലയേറിയ ചുംബനം'ലേലത്തിൽപോയത്.

ഫ്രാങ്കോയിസ് ഒഗസ്റ്റെ റോഡിന്റെ ദി കിസ് ശില്പം കണ്ണുപറിച്ചെടുക്കാനാവാത്തവിധം മാസ്മരിക ഭാവം തുളുമ്പുന്നതാണ്. പ്രണയം ഉരുകിയൊലിക്കുംപോലെ ആർദ്രമായ നില്പ്. ഫ്രാൻസിസ്കോ ഡാറിമിനിയും പൗലോ മൽടെസ്റ്റയും പങ്കുവെച്ച ദിവ്യാനുരാഗത്തിൽനിന്ന് പ്രചോദനമുൾക്കൊണ്ടായിരുന്നു ഫ്രാങ്കോയിസിന്റെ ശില്പരചന. ഗുസ്താവ് ക്ലിംറ്റിന്റെ ചിത്രഭാഷ്യം ചുംബനത്തെ അനശ്വരമാക്കുന്നതായി. പരസ്പരം പൂട്ടിയിട്ട് ലയിച്ചുചേർന്ന് നില്ക്കുന്ന ചിത്രം വിശ്വാസത്തിന്റെയും ആസക്തിയുടെയും പൂമെത്ത കൂടിയാണ്. യക്ഷിക്കഥപോലെ നിഗൂഢമായ കാല്പനികതയുടെ പരിസരമാണ് അത് ഒരുക്കുന്നതും.

ഹൂസ്റ്റൺ ചിത്രകാരി നതാലി ഐറിഷ്, ക്യാൻവാസിൽ ചുംബിച്ച് ചിത്രങ്ങൾ വിരിയിക്കുകയാണ്. ചുണ്ടുകൾ ബ്രഷായും അധരവർണ്ണങ്ങൾ ചായമായും മാറ്റിയാണ് ആ കൗതുകരചന. ഇതിലേറെയും പോർട്രെയിറ്റുകൾ. മർലിൻ മൊൺറോ, ജിമ്മി ഹെൻഡിക്സ്, കെയ്റ്റ് മിഡിൽടൺ തുടങ്ങിയവരെ അവതരിപ്പിച്ചത് അനുപമമായ പൂർണ്ണതയോടെ. പെരുവിരലടയാളം കൊണ്ടായിരുന്നു ആദ്യ പരീക്ഷണം. ഉപയോഗിച്ച പഴയ ഷർട്ടുകളും ചണവസ്തുക്കളും പ്രതലമാക്കിയും നതാലി ചുംബനചിത്രങ്ങൾ ഒരുക്കുന്നു. ഇതൊരു സ്ത്രൈണ പ്രക്രിയയാണ്. ദുരന്തം കുത്തിയൊഴുക്കി സ്തംഭിപ്പിച്ച സമകാലിക ജീവിതമാണ് ഒട്ടുമിക്ക രചനകളിലും. പതിനായിരംവട്ടം മുത്തമിട്ടാവും ചില ചിത്രങ്ങൾ പൂർത്തിയാക്കുക – എന്നാണ് നതാലി ഐറിഷ് പറഞ്ഞത്.

പഴയകാലത്ത് ചുംബനക്കളികളും പ്രചാരത്തിലുണ്ടായിരുന്നു. അതിൽ ചുരുക്കം ചിലവ ഇപ്പോഴും വിനോദമായി തുടരുന്നുണ്ട്. സെവൻ മിനുട്ട്സ് ഇൻ ഹെവൻ, സ്പിൻ ദി ബോട്ടിൽ, പോസ്റ്റോഫീസ് ഗെയിം – എന്നിങ്ങനെ നാടുനീങ്ങിയ കളികളിലെല്ലാം ലൈംഗികതയുടെ സാന്ത്വനവുമുണ്ടായി. അമേരിക്കയിലെ സിൻ സിനാറ്റിയെ 1950 കൾവരെ ഇക്കിളിപ്പെടുത്തിയിരുന്നു സ്വർഗ്ഗത്തിലെ ഏഴ് നിമിഷം. തെരഞ്ഞെടുക്കപ്പെടുന്ന രണ്ടുപേർ (ആണും പെണ്ണുമാവാം) ഇരുട്ടുമൂടിയ അടഞ്ഞ സ്ഥലത്ത് പോകുന്നു. ഏഴ് നിമിഷത്തിനുള്ളിൽ സ്പർശനം, ചുംബനം, ലൈംഗികത തുടങ്ങി ആനന്ദത്തിന്റെ ഏതുകോണിലേക്കും നീങ്ങാം. കുറേയാളുകൾ ഒന്നിച്ചു കളിക്കുന്നതാണ് സ്പിൻ ദി ബോട്ടിൽ. വൃത്താ

കൃതിയിൽ ഇരിക്കുന്ന അവർക്കു നടുവിൽ നീണ്ട കുപ്പിവെക്കും. ഒരാൾ അത് തിരിച്ചുവിടും. കുലുങ്ങിച്ചിരിക്കുംപോലെ കറങ്ങി മൂടിഭാഗം ആർക്ക് നേരെയാണോ വിരൽചൂണ്ടുന്നത് അയാളെ കുപ്പികറക്കിയ കളിക്കാരൻ മുത്തണം. തപാലാഫീസ് കളിയിൽ രണ്ടുവിഭാഗമായി പിരിയും. അതിലൊരു ടീം കിടപ്പുമുറിയിലെ ഇരുട്ടിൽ ഒളിക്കും. മറ്റേ സംഘത്തിൽനിന്നും ഒരാൾ അവിടെ പ്രവേശിക്കുന്നു. എല്ലാവരും അയാളെ ഉമ്മവെക്കും. അങ്ങനെ തിരിച്ചും. ജൂലൈ ആറ് അന്താരാഷ്ട്ര ചുംബന ദിനമായി ആദ്യം ആചരിച്ചത് ബ്രിട്ടനിലാണ്. ഇന്നത് ലോകമാകെ അംഗീകരിക്കപ്പെട്ട നിലയുണ്ട്. ഇതുവരെ കണ്ട ഏറ്റവും ദീർഘമായ ചുംബനം ബാങ്കോക്കിലായിരുന്നു. 2013 ഫെബ്രുവരി 14 ന് എക്കാച്ചായി – ലക്സാന തിരാനരത് ദമ്പതിമാർ 58 മണിക്കൂർ, 35 മിനുട്ട്, 58 സെക്കൻഡുകളാണ് ചുണ്ടുകൾ നെയ്ത് റെക്കോർഡിന്റെ പുസ്തകം തീർത്തത്. പ്രണയ ദിനത്തോടനുബന്ധിച്ച ആ സാഹസികതയ്ക്ക് സാക്ഷിയാവാൻ ഗിന്നസ് അധികൃതരുമെത്തിയിരുന്നു.

കാമാസക്തിയുടെ ലളിത ചിഹ്നമായി ശകാരിക്കപ്പെടുന്ന ചുംബനം പ്രതിഷേധത്തിന്റെ തീ കത്തിക്കുകയുമുണ്ടായിട്ടുണ്ട്. ചിലിയിലെ വിദ്യാർത്ഥികൾ 2011 ജൂലൈ ഏഴിന് സാന്റിയാഗോവിൽ നടത്തിയ ചുംബനസമരം സർക്കാരിന്റെ വിദ്യാഭ്യാസ നയത്തിനെതിരായിരുന്നു. മെട്രോപൊളിറ്റൻ കത്തീഡ്രലിനുമുന്നിൽ കേന്ദ്രീകരിച്ച 100 വിദ്യാർത്ഥികൾ ബാനറുകളിലും ശക്തമായ വിമർശനങ്ങൾ ആലേഖനം ചെയ്തു. ട്യൂഷൻ ഫീസൊടുക്കാൻ ചുംബനം വില്ക്കുന്നു, പ്രണയം സൗജന്യം വിദ്യാഭ്യാസം വിലയേറിയത് തുടങ്ങിയ മുദ്രാവാക്യങ്ങളാണ് മുഴങ്ങിയത്. മോസ്കോ ക്രൊയേഷ്യ, കാനഡ, അങ്കാറ – തുടങ്ങിയയിടങ്ങളിലും വിവിധ ആവശ്യങ്ങളുയർത്തി ചുംബന പ്രതിഷേധങ്ങൾ നടന്നിരുന്നു. മോഷ്ടിക്കപ്പെട്ട ചുംബനങ്ങളിൽ ഒരു കൂട്ടുപ്രതിയുണ്ടാവും എന്ന ചൊല്ല് ശരിയെന്ന് തെളിയുകയാണ് നിരന്തരം. വിലകൂടിയതായാലും കുറഞ്ഞതായാലും.

മാ ലായ് കൂട്ടക്കൊല

ഒറ്റമരണം ദുരന്തവും കൂട്ടക്കൊലകൾ വെറും സ്ഥിതിവിവര കണക്കുമാണെന്ന് പൊതുവിൽ പറയാറുണ്ട്. കൊളോണിയൽ തന്ത്രം അങ്ങനെ പല കൂട്ടക്കുരുതികളെയും അക്കങ്ങളായി വിലയിരുത്തിയിരുന്നു. വിയത്നാം അധിനിവേശത്തിന്റെ ഭ്രാന്ത് തലയിൽക്കയറിയ അമേരിക്ക നടത്തിയ മാ ലായ് കൂട്ടക്കൊലയ്ക്ക് സമാനതകളേറെയില്ല. പതിനായിരങ്ങൾക്ക് ചിതയൊരുക്കിയ ഹിരോഷിമയും ഗ്രാമം മാറി വധശിക്ഷയേല്ക്കേണ്ടിവന്ന ഒറാഡോറും സ്പാനിഷ് ആഭ്യന്തര യുദ്ധ സമയത്ത് തരിപ്പണമായ ഗർണിക്കയും ഓർമ്മപ്പെടുത്തുന്നതായിരുന്നു അത്. വടക്കു പടിഞ്ഞാറൻ ഫ്രാൻസിലെ ലിമൗസിൻ മേഖലയിലെ ഓഡൊർസർ -ഗ്ലെയ്ൻ തരിപ്പണമാക്കിയ ജർമ്മൻ ഫാസിസ്റ്റുകൾക്ക് പിന്നീടാണ് അബദ്ധം മനസ്സിലായത്. സമീപ ഗ്രാമമായ ഒറാഡോർ–സർ–വായ്റെസായിരുന്നു ലക്ഷ്യം. ഗ്രാമീണരെ ഗ്രാമചത്വരത്തിലെത്തിച്ച് യന്ത്രത്തോക്കുകൾക്കു മുന്നിൽ നിർത്തുകയായിരുന്നു. കുട്ടികളും സ്ത്രീകളും വൃദ്ധരുമുൾപ്പെടെ 642 പേർ മരിച്ചുവീണു. 1944 ജൂൺ 10 നായിരുന്നു ആ ക്രൂരത. ഗർണിക്കയിലാകട്ടെ 1937 ഏപ്രിൽ 26 ന് ജനങ്ങളെ 'കമ്പോളദിന'ത്തിൽ അരിഞ്ഞുതള്ളുകയായിരുന്നു. ഇതോടുള്ള കത്തുന്ന അമർഷമാണ് പാബ്ലോ പിക്കാസോയുടെ ഗർണിക്ക പെയിന്റിങ്.

ജീവനില്ലാത്ത മരണവർത്തയായി മാറുമായിരുന്ന 1968 മാർച്ച് 16 ന്റെ മാ ലായ് കുത്തിമലർത്തൽ ലോകശ്രദ്ധയിലെത്തിച്ചത് പത്രപ്രവർത്തകൻ സെയ്മൊർ ഹെർഷും സൈനിക ഫോട്ടോഗ്രാഫർ റൊണാൾഡ് എൽ ഹെയ്ബെർലേയും. അമേരിക്കൻ ഉന്മൂലന പ്രവൃത്തിയിലെ ഞെട്ടിപ്പിക്കുന്ന ഏടുകളിലൊന്നായിരുന്നു ആ ഹിംസാത്മകത. ഡനാങ് സൈനിക കേന്ദ്രത്തിൽനിന്ന് 100 മൈൽ അകലെയുള്ള മാ ലായിൽ 700 പൗരന്മാരെ

മാ ലായ് കൂട്ടക്കൊല – ഹെയ്ബെർലേയെടുത്ത ഫോട്ടോ

ഉണ്ടായിരുന്നുള്ളൂവെങ്കിലും മൂന്ന് പ്ലാറ്റൂൺ പട്ടാളക്കാരെ ഇറക്കി. അവർ ഗ്രാമത്തെ അക്ഷരാർത്ഥത്തിൽ കടിച്ചുകീറുകയായിരുന്നു. കൂട്ടബലാത്സംഗത്തിനുശേഷമാണ് സ്ത്രീകളെ വധിച്ചത്. നാവ് പിഴുതെടുത്തായിരുന്നു കൊച്ചുകുട്ടികൾക്ക് മരണവിധി. വൃദ്ധന്മാരെ ഓടിച്ചിട്ട് വീഴ്ത്തുകയായിരുന്നു. തോക്കും വാളും കവണകളും തലങ്ങും വിലങ്ങും പാഞ്ഞു. ഒരുവയസ്സുകാരി മുതൽ 82കാരൻ വരെ പിടഞ്ഞുവീണു. 504 പേരെയാണ് മൂന്നര മണിക്കൂറിനുള്ളിൽ ശവങ്ങളാക്കിയത്. 247 വീടുകൾ തീയിട്ടു. ആയിരക്കണക്കിന് കന്നുകാലികളെ കൊന്നു. വിളഞ്ഞുനിന്ന കൃഷി തീർത്തും ഉപയോഗശൂന്യവുമാക്കി. നിരായുധരായ ജനങ്ങൾക്കുനേരെയായിരുന്നു കാടത്തം. വീട്ടിൽ പാചകം ചെയ്തെടുത്ത പ്രാതലുമായി തുറസ്സുകളിലിരിക്കുകയായിരുന്ന ഗ്രാമീണരാണ് എങ്ങും ചിതറിവീണത്. തെരുവിലും ഊടുവഴികളിലും പൊട്ടക്കിണറുകളിലും വൻകുഴികളിലും ജഡങ്ങൾ അഴുകി. ചില കുട്ടികളെ കഴുത്തറുത്താണ് അവസാനിപ്പിച്ചത്.

സംഭവം നടന്ന് ഒരുവർഷം കഴിഞ്ഞിട്ടും സൈന്യം അന്വേഷണം നടത്താൻ തയ്യാറായില്ല. അന്നത്തെ പട്ടാളക്കാരിലൊരാൾ അയച്ച കത്താണ് വഴിത്തിരിവായത്. അതിനു മുമ്പുതന്നെ ഹെയ്ബെർലേ കിവാനിസ്, ലയൺസ് ക്ലബ്ബുകളിലെ നേരമ്പോക്കുകൾക്കിടെ യുദ്ധാനുഭവങ്ങൾ തിരുകിക്കയറ്റിയിരുന്നു. അതിൽ കൂട്ടക്കൊലയുടെ ചോരയുമു

ണ്ടായി. സൈന്യം ചെയ്ത സഹായങ്ങളും ആരോഗ്യ സേവനങ്ങളും വാഴ്ത്തിക്കൊണ്ടാവും തുടക്കം. പിന്നെ നിഷ്കളങ്കരായ വിയത്നാം ജനത പുഞ്ചിരിച്ചു നില്ക്കുന്ന ഫോട്ടോകൾ കാണിച്ചു. അപ്പോഴാണ് പലരുമറിയുന്നത് ഹെയ്ബർലേ ആർമി ഫോട്ടോഗ്രാഫർ ആയിരുന്നെന്ന്. ഔദ്യോഗിക ക്യാമറയ്ക്കൊപ്പം രഹസ്യമായി സ്വന്തം മറ്റൊന്നും അദ്ദേഹം കൂടെക്കരുതി. ആദ്യത്തേതിൽ ശുഭകരങ്ങളായ കാഴ്ചകൾ മാത്രം. സ്വന്തം ക്യാമറയിൽ കളർ ഫിലിമുകൾ ഇട്ട് സമാന്തരമായി യഥാർത്ഥ്യങ്ങൾ നിറച്ചു. ബ്ലാക്ക് ആൻഡ് വൈറ്റ് ചിത്രങ്ങൾ സൈന്യത്തിന്റെ പ്രസിദ്ധീകരണത്തിലൂടെ പുറംലോകം കണ്ടു. അപകടം പിടിച്ചവ കുറേനാൾ പൂഴ്ത്തി. ജോലിയിൽനിന്ന് നിർബ്ബന്ധിത വിടുതൽ വാങ്ങിയശേഷം അദ്ദേഹം അവ *ദി പ്ലെയിൻ ഡീലർ* പത്രത്തിന് വിറ്റു. 1969 നവംബർ 20 ന് അച്ചടിച്ചു വന്നപ്പോഴേ അധികൃതർക്ക് കാര്യം പിടികിട്ടിയുള്ളൂ. അവിടുന്ന് അവ *ലൈഫ് മാഗസിൻ* സ്വന്തമാക്കി. ഡിസംബർ ഒന്നിന് *ലൈഫിൽ* പ്രത്യക്ഷപ്പെട്ടതോടെ ഫോട്ടോകളും ഫോട്ടോഗ്രാഫറും എങ്ങും ചർച്ചയായി. കുട്ടികളുടെ അവകാശങ്ങൾ ഉയർത്തിയ പോസ്റ്ററുകളിലും പ്രതിഷേധ മാർച്ചുകളിലും അവ അവിഭാജ്യ ഘടകങ്ങളാവുകയും ചെയ്തു. 'കെട്ടുപിണഞ്ഞ് ശവങ്ങൾ' എന്ന പത്രശീർഷകങ്ങൾ രക്തം നിലയ്ക്കാത്ത കശാപ്പിന്റെ സൂചനതന്നെയായി മാറി.

പട്ടാളവേഷം ഊരിവെച്ച ഹെയ്ബെർലേ, ക്ലീവ്ലാൻഡിലെ പല സ്ഥാപനങ്ങളിലും സൂപ്പർവൈസറായി ജോലി നോക്കി. കൂട്ടക്കൊലയുടെ ചിത്രങ്ങൾ അദ്ദേഹത്തിന്റെ ജീവിതത്തിൽ ഒരു പൊടി മാറ്റം വരുത്തി. ചില യാത്രകൾ ഒത്തുകിട്ടി. *റോളിങ് സ്റ്റോൺ മാഗസിനി*ലേക്ക് വഴിമാറിയ അദ്ദേഹം ഹോളിവുഡിലെ പ്രശസ്ത തിരക്കഥാകൃത്തുമായി അറിയപ്പെട്ടതിനു പുറമെ ലക്ഷങ്ങൾ സമ്പാദ്യമായി കുന്നുകൂടുകയുംചെയ്തു.

ഹെയ്ബെർലേ ഒരുവട്ടം കൂടി വിയത്നാമിലെത്തി. 2000 ലായിരുന്നു ആ യാത്ര. സുഹൃത്തുക്കൾക്കൊപ്പം സൈക്കിളിൽ ഹനോയ് മുതൽ സയ്ഗോൺ വരെ പോയി. 775മൈൽ ദൂരം പഴയ ചരിത്രം തിരിച്ചെത്തിയപോലെയായിരുന്നു. മാ ലായ് അത്രയേറെ മാറിയില്ല. സ്ത്രീകൾ പോത്തുകളെ തെളിക്കുന്നതടക്കമുള്ള കൊച്ചു കൊച്ചു പണികൾ ഇപ്പോഴും തുടരുന്നു. പിന്നെ മ്യൂസിയവും സമാധാനത്തിന്റെ പൂന്തോട്ടവും. താനെടുത്ത 'കൂട്ടക്കൊല' ഫോട്ടോകളാണ് മ്യൂസിയച്ചുവരിൽ തൂങ്ങിയത്. 1978 ലാണ് മരിച്ചവരോടുള്ള ബഹുമാനസൂചകമായി ചരിത്ര സ്മാരകം ഉയർന്നത്. മാ ലായിയെക്കുറിച്ചിറങ്ങിയ ചില ഡോക്യുമെന്ററികളിലും ഹെയ്ബെർലേ പ്രത്യക്ഷപ്പെട്ടിട്ടുണ്ട്.

അന്വേഷണാത്മക പത്രപ്രവർത്തകൻ സെയ്മൊർ ഹെർഷ് നല്കിയ സംഭാവനകളും നിസ്സാരമായിരുന്നില്ല. 1969 നവംബർ 12 ന് പഴങ്കഥകളുടെ തോട് തല്ലിപ്പൊളിക്കുകയായിരുന്നു അദ്ദേഹം. ലഫ്റ്റനന്റ് വില്യം കാലിക്ക് 109പേരുടെ മരണത്തിൽ ഉത്തരവാദിത്വമുണ്ടായിരുന്നതായി ഹെർഷിന്റെ വാർത്ത തെളിയിച്ചു. വിചാരണയ്ക്കൊടുവിൽ കാലി

റൊണാൾഡ് ഹെയ്ബർലേ

ക്ക് ജീവപര്യന്തം തടവ് വിധിക്കുകയുണ്ടായെങ്കിലും പ്രസിഡന്റ് റിച്ചാർഡ് നിക്സൺ അത് ഹ്രസ്വകാല വീട്ടുതടങ്കലാക്കി മാറ്റിക്കൊടുത്തു. ഡിഫൻസ് സെക്രട്ടറി ലയർഡിന്റെ എതിർപ്പ് അവഗണിച്ച് ലീവൻവർത്ത് ജയിലിൽനിന്ന് ബെന്നിങ് കോട്ടയിൽ എത്തിക്കുകയായിരുന്നു. മൂന്നരവർഷം അവിടെക്കഴിഞ്ഞശേഷം പുറത്തിറങ്ങി. 50 അംഗ പട്ടാള യൂണിറ്റിലെ 28 പേർക്കെതിരെ കുറ്റപത്രമുണ്ടായെങ്കിലും കാലി മാത്രമാണ് കുടുങ്ങിയത്. അതാവട്ടെ, ഹെർഡ് അമർത്തിപ്പിടിച്ച തെളിവുകളുടെ അടിസ്ഥാനത്തിലും. മാ ലായ് കൂട്ടക്കൊല വാർത്തകളിലൂടെ രണ്ടുവട്ടം പുലിറ്റ്സർ പുരസ്കാരം അദ്ദേഹത്തെ തേടിയെത്തിയിരുന്നു. അന്താരാഷ്ട്ര റിപ്പോർട്ടിങ്ങിലും ആ വാർത്ത സമ്മാനങ്ങൾ വാരിക്കൂട്ടി. കുപ്രസിദ്ധമായ അബുഖരീബ് തടവറയുടെ ഇരുണ്ട ചിത്രവും ഹെർഷ് വലിച്ച് പുറത്തിടുകയുണ്ടായി.

കൃഷ്ണപിള്ളയുടെ ഓർമ്മകളിൽ

കേരളത്തിലെ കമ്യൂണിസ്റ്റ് പാർട്ടിയുടെ സ്ഥാപകരിലൊരാളും ഉജ്ജ്വല സംഘാടകനുമായിരുന്ന പി കൃഷ്ണപിള്ളയെക്കുറിച്ച് ഓർക്കുമ്പോൾ ഇളംപുഞ്ചിരിതൂകി മുടിയിഴകൾ നെറ്റിയിലേക്ക് പാറിവീണ അദ്ദേഹത്തിന്റെ ഫോട്ടോയും ഓടിയെത്തും. മലബാറിലെ പ്രശസ്ത ഫോട്ടോഗ്രാഫറായിരുന്ന സി എം വിഷ്ണുനമ്പീശനാണ് ചരിത്രത്തിലെ ചുവപ്പൻ തുടിപ്പായ ആ ചിത്രം ഒപ്പിയെടുത്തത്. വിഷമമേറിയ കാലത്ത് ഇടതുപക്ഷ പ്രസ്ഥാനത്തെ നയിച്ച് യൗവനവും ജീവിതവും എറിഞ്ഞുടച്ച പോരാളികൾക്കൊപ്പം നമ്പീശനുമുണ്ടായി. പയ്യന്നൂരിനടുത്ത വടവന്തൂരിൽ 1918 ലായിരുന്നു ജനനം. ജ്യേഷ്ഠൻ സി എം കെ നമ്പീശനും രാഷ്ട്രീയ പ്രവർത്തകൻ.

പയ്യന്നൂർ പ്രദേശത്ത് പ്രവർത്തിക്കവെ നേതാക്കൾക്കെന്നപോലെ വിഷ്ണുനമ്പീശനും പൊലീസ് ഭീഷണിയുണ്ടായി. തുടർന്ന് കോഴിക്കോട്ടേക്ക് മാറി. അവിടെ നാഷണൽ സ്റ്റുഡിയോവിൽ ജോലിനോക്കാനും തുടങ്ങി. ഒളിവിലായിരുന്ന കൃഷ്ണപിള്ള ടി പി ആർ നമ്പീശന്റെ വീട്ടിലെത്തുമായിരുന്നു. അവിടെ നിന്നാണ് കാലം എപ്പോഴും കരുതിവെക്കാനിടയുള്ള ഫോട്ടോ പിടിച്ചത്. തുടർന്ന് വിഷ്ണുനമ്പീശനും അറസ്റ്റിൽ. എ കെ ജിക്കെന്നപോലെ അഞ്ചുവർഷം തടവിന് വിധിച്ചു. 1948 ആഗസ്തിൽ പ്രമുഖനേതാക്കൾക്കൊപ്പം നമ്പീശൻ കണ്ണൂർ സബ് ജയിലിലായിരുന്നു. ഒരുമാസത്തെ റിമാൻഡ്. എൻ സുബ്രഹ്മണ്യ ഷേണായി, എ കെ പൊതുവാൾ തുടങ്ങിയവരും. ആഗസ്ത് 15 ന് അവരെല്ലാം നിരാഹാരമനുഷ്ഠിച്ചു. പാർട്ടി ഫോട്ടോഗ്രാഫറായി പ്രവർത്തിക്കെ പയ്യന്നൂർ ടൗണിൽനിന്ന് നമ്പീശൻ വീണ്ടും അറസ്റ്റിലായി.

കുറച്ചുകാലം കഥകളി ഭാഗവതരായും സിനിമാ സ്റ്റുഡിയോവിൽ

പി കൃഷ്ണപിള്ള

പെയിന്ററായും നിന്നു അദ്ദേഹം. ജീവിതപ്രയാസം കാരണമായിരുന്നു ഇതെല്ലാം. കേരളത്തിലെ ആദ്യ കമ്യൂണിസ്റ്റ് ഫോട്ടോഗ്രാഫറായി അറിയപ്പെടുന്ന കൂത്താട്ടുകുളത്തെ ജേക്കബ് ഫിലിപ്പാണ് ക്യാമറ വാങ്ങിക്കൊടുത്തത്. കോഴിക്കോട് കോർട്ട് റോഡിൽനിന്ന് ടെസ്സാർ ലെൻസിന്റേത് – 200 രൂപയ്ക്ക്. ജോലിചെയ്തു കിട്ടിയ വരുമാനത്തിന്റെ ഒരുഭാഗം ഒളിവ് കേന്ദ്രങ്ങളിലെത്തിക്കുകയും ചെയ്തു. ഇതിന്റെ സൂചന പൊലീസ് കോടതിയിലെത്തിച്ചപ്പോൾ ക്യാമറ കണ്ടുകെട്ടുകയുമുണ്ടായി. 1948 മുതൽ *ദേശാഭിമാനി* ഫോട്ടോഗ്രാഫറായിരുന്നു. 1964 വരെ അവിടെയുണ്ടായി. കുറച്ചുകാലും *നവജീവനി*ലും.

ടി പി ആർ നമ്പീശന്റെ കോഴിക്കോട്ടെ വീട്ടിൽ ഒളിവിൽക്കഴിഞ്ഞ കൃഷ്ണപ്പിള്ളയുടെ പടമെടുത്ത വിഷ്ണുനമ്പീശൻ അതിന്റെ ഒറിജിനൽ വളരെക്കാലം സൂക്ഷിച്ചു. ആ പടത്തിന്റെ നെഗറ്റീവിൽനിന്നാണ് കൂടുതൽ പ്രിന്ററുകൾ എങ്ങും എത്തിയത്. കൃഷ്ണപിള്ള പാമ്പുകടിയേറ്റ് മരിച്ച സംഭവമാണ് അദ്ദേഹം ജീവിതത്തിലെ ഏറ്റവും ദുഃഖകരമായ അനുഭവമായി ഓർത്തത്. പായയിൽക്കിടത്തിയ സഖാവിന്റെ മൃതദേഹത്തിന്റെ പടം പെയിന്റ് ചെയ്ത് *നവയുഗ*ത്തിന് കളർചിത്രമായി നല്കി. കൃഷ്ണപിള്ളയുടെ അധികമാരും കണ്ടിട്ടില്ലാത്ത വേറൊരു ഫോട്ടോയും നമ്പീശന്റെ ശേഖരത്തിലുണ്ടായിരുന്നു. കമ്യൂണിസ്റ്റ് പാർട്ടിയുടെ തമിഴ് പ്രസിദ്ധീകരണമായ *ജനശക്തി*യിൽ 1946 മെയ് 29 ന് വന്ന കുറിപ്പിനൊപ്പമുണ്ടായ ഫോട്ടോയാണ് റീ കോപ്പി ചെയ്തത്. രാഷ്ട്രീയ തടവുകാരെ വിട്ടയക്കുക എന്ന പ്രഖ്യാപനമായിരുന്നു പത്രത്തിൽ. കോഴിക്കോട് കോർട്ട് റോഡിൽ ബാർബർഷാപ്പ് നടത്തിയിരുന്ന തമിഴ്നാട്ടുകാരനായ പാർട്ടി അനുഭാവി ദ്വരക്കണ്ണു അക്കാലത്ത് *ജനശക്തി* മുടങ്ങാതെ വരുത്തിയിരുന്നു. ആ ഫോട്ടോ വലുതാക്കി കല്യാശ്ശേരി കൃഷ്ണപിള്ള മന്ദിരത്തിന് നല്കി.

ക്രൂഷ്ചേവും ബുൾഗാനിനും കോയമ്പത്തൂർ സന്ദർശിച്ചപ്പോൾ നമ്പീശനും അവിടെയെത്തി. അന്നത്തെ മനോഹരങ്ങളായ ഫോട്ടോകൾ ഇന്ത്യ സന്ദർശിച്ച സോവിയറ്റ് യുവജന സംഘത്തിന് സമ്മാനമായി നല്കുകയുണ്ടായി. സോവിയറ്റ് പത്രം *പ്രാവ്ദ* നടത്തിയ അന്താരാഷ്ട്ര ഫോട്ടോഗ്രാഫി മത്സരത്തിൽ 'സമാധാനപരമായ സഹവർത്തിത്വം' എന്ന പ്രതീകാത്മക ചിത്രം പുരസ്കാരം നേടുകയും ചെയ്തു. അത് *പ്രാവ്ദ*യിൽ പ്രസിദ്ധീകരിച്ചു. മറ്റൊരു പ്രധാന ഫോട്ടോ ആഫ്രിക്കൻ കമ്യൂണിസ്റ്റ് പാർട്ടി നേതാവ് യൂസഫ് ദാദുവിന്റേതാണ്. പ്രശസ്ത അഭിഭാഷകൻ പി കെ കുഞ്ഞിരാമ പൊതുവാൾ ദാദുവിന്റെ പ്രസംഗം പരിഭാഷചെയ്തു നില്ക്കുന്ന ചിത്രം സോവിയറ്റ് – ആഫ്രിക്കൻ പാർട്ടികൾക്ക് അയച്ചു കൊടുത്തു. അജയ്ഘോഷ് കേരളത്തിൽ വന്നപ്പോൾ എടുത്ത ഫോട്ടോ *ന്യൂടൈംസി*ന്റെ മുഖചിത്രമായി അംഗീകരിക്കുകയുമുണ്ടായി. അത്യാകർഷങ്ങളായ ഒട്ടേറെ ചിത്രങ്ങളും നമ്പീശന്റേതായുണ്ട്. ഭഗത്സിങ്, ലെനിൻ, ജൂലിയസ് ഫ്യൂച്ചിക് – തുടങ്ങിയ വിപ്ലവപ്രതിഭകളുടേത് അതിൽ

സി എം വിഷ്ണു നമ്പീശൻ

ചിലത്.

കയ്യൂർ രക്തസാക്ഷികളെ അനുസ്മരിച്ച് ഉയിർത്തെഴുന്നേല്പ് എന്ന ശീർഷകത്തിൽ കളർചോക്കുകൊണ്ട് വരച്ച ചിത്രവും ശേഖരത്തിലുണ്ടായിരുന്നു. ലോകപ്രശസ്ത സോവിയറ്റ് ചിത്രകാരൻ റോറിച്ചിന്റെ ശൈലിയോടായിരുന്നു അദ്ദേഹത്തിന് ഏറെ ആരാധന. അതിന്റെ ചില സൂചനകൾ സ്വന്തം രചനകളിലും ഉൾച്ചേർത്തു. ആന്ധ്രയിലെ ലംബാഡീസും ആദിവാസികളും മഹാബലിപുരത്തെ മനുഷ്യദൃശ്യങ്ങളും സാഹിദാബാദ്, ബോബിലി തുടങ്ങിയ ഇടങ്ങളിലെ കർഷകരും ചിത്രങ്ങളിലേക്ക് വിവർത്തനം ചെയ്ത ജീവിതങ്ങളിൽ ചിലത് മാത്രം. ടാഗോർ, ഐൻസ്റ്റീൻ, ബീഥോവൻ, അരവിന്ദഘോഷ് തുടങ്ങിയവരുടെ അതിഗംഭീരങ്ങളായ പോർട്രെയിറ്റുകളും എടുത്തുപറയേണ്ടതുണ്ട്.

ഫോട്ടോ ജേണലിസത്തിന്റെ പിതാവ്

ഫോട്ടോ ജേണലിസത്തിന്റെ പിതാവ് എന്നറിയപ്പെടുന്ന ഹെൻറി കാർട്ടിയേർ ബ്രസ്സൻ ഒരു യുഗമായിരുന്നു; ചരിത്രവും. ലോകത്തിന്റെ ഹൃദയം തേടിയുള്ള യാത്രകൾ. രാഷ്ട്രീയ ഉദ്വേഗത്തിന്റെ ശ്വാസമടക്കിപ്പിടിച്ചുള്ള വിശദാംശങ്ങൾ പെറുക്കിയെടുത്ത കൃത്യത. ചരിത്രത്തിന്റെ ഗതിവിഗതികളെ ഇളക്കിപ്രതിഷ്ഠിച്ച സംഭവങ്ങളുടെ നേർക്കാഴ്ചകൾ ഒപ്പിയെടുത്ത സൂക്ഷ്മത. ആ അട്ടിമറികളുടെ തോഴരായ നേതൃരൂപങ്ങളുടെ വൈയക്തിക നിമിഷങ്ങൾ അനുഭവിപ്പിച്ച ക്യാമറയുടെ പകർത്തിവെപ്പ്. ഇല്ല, ഈ വിശേഷണങ്ങൾകൊണ്ടൊന്നും ബ്രസ്സനെ പൂർണ്ണമായും വിവരിച്ചു നിർത്താനാവില്ല. മരണത്തിന് കീഴടങ്ങിയ (2004) തൊണ്ണൂറ്റിയാറിന്റെ അവശതകൾക്കിടയിലും ബ്രസ്സൻ കാഴ്ചയിലും കാഴ്ചപ്പാടിലും നിറഞ്ഞ യുവാവായിരുന്നു.

1908 ൽ ഫ്രാൻസിലെ ചാന്റ്ലോപ്പിലായിരുന്നു ജനനം. സമൃദ്ധിയുടെ നടുവിലായിരുന്നു വളർന്നത്. നന്നേ ചെറുപ്പത്തിൽ ചിത്രകലയോടും ഫോട്ടോഗ്രാഫിയോടും ആരാധന തോന്നിയ ആ ബാലന്റെ കൗതുകങ്ങൾക്ക് രക്ഷിതാക്കൾ അക്ഷരാർത്ഥത്തിൽ നിറം നല്കുകയായിരുന്നു. ബോക്സ് ബ്രൗണി (3X4) ക്യാമറയും തോളിലേറ്റി ഒരു ഭ്രമംപോലെ ചുറ്റുപാടുകൾ ഒപ്പിക്കൊണ്ടായിരുന്നു ബ്രസ്സന്റെ ആദ്യ ചുവടുകൾ. ഇരുപതുകളുടെ ആദ്യം പാരീസിൽ കലാവിദ്യാർത്ഥിയായിരുന്ന ബ്രസ്സൻ ഇരുപത്തിരണ്ടാം വയസ്സിൽ ആഫ്രിക്കയിലെത്തി. നായാട്ടുകാരന്റെ വേഷത്തിലായിരുന്നു അവിടുത്തെ കാടുകളിലേക്കുള്ള പ്രവേശനം. നേരിൽക്കണ്ട പ്രകൃതിഭംഗിയും ജീവിതസവിശേഷതകളും ആ യുവാവിനെ ത്രസിപ്പിച്ചു. നാട്ടിൽ തിരിച്ചെത്തിയ ബ്രസ്സൻ ലിക്കാ ക്യാമറ സ്വന്തമാക്കി ഫോട്ടോഗ്രാഫിയുടെ അനന്തസാദ്ധ്യതകൾ തേടിയലഞ്ഞു. ക്യാമറയെ ശരീരാവയവമായി ക

മൗണ്ട്ബാറ്റണും ഭാര്യക്കുമൊപ്പം ജവഹർലാൽ നെഹ്റു

ണ്ടവനായിരുന്നു ബ്രസ്സൻ. ഫോട്ടോഗ്രാഫിയിൽ അതിവേഗം അതിവേഗം എന്നതായിരുന്നു കാഴ്ചപ്പാട്. തീർന്നില്ല, മൃഗത്തെയും ഇരയെയുംപോലെ വേഗമാർജ്ജിക്കണമെന്ന് പ്രതികരിച്ചുകൊണ്ടിരുന്നു.

ഫ്രഞ്ച് ചലച്ചിത്രകാരൻ ഴാങ് റെനോയ്റാണ് ബ്രസ്സനിലെ ഫോട്ടോഗ്രാഫറുടെ മികവ് കണ്ടെത്തിയത്. റിപ്പോർട്ടർമാർക്കൊപ്പം പത്രപ്രവർത്തനത്തിന്റെ ഹൃദയമായി ഫോട്ടോഗ്രാഫർമാരും പരിഗണിക്കപ്പെടുന്നത് ബ്രസ്സന്റെ രംഗപ്രവേശത്തോടെ. ആദ്യകാലത്തെ ഒട്ടുമിക്ക ലോകപ്രശസ്ത പ്രസിദ്ധീകരണങ്ങളും അദ്ദേഹത്തിന്റെ ഫോട്ടോകൾക്കായി കാത്തിരുന്നിട്ടുണ്ട്. ഇന്ത്യയിലെത്തുന്നത് അങ്ങനെയൊരു ചുമതലയുടെകൂടി ഭാഗമായിട്ടായിരുന്നു. മഹാത്മാഗാന്ധിയുടെ മരണം ലോകത്തെ അറിയിച്ച ജവഹർലാൽ നെഹ്റു. സമാധിക്ക് മുമ്പുള്ള രമണമഹർഷി. അലഹബാദ് കുംഭമേള. തുമ്പയിൽനിന്നുള്ള ആദ്യ ഇന്ത്യൻ റോക്കറ്റിന്റെ കുതിച്ചുയരൽ. മൗണ്ട് ബാറ്റണും ഭാര്യക്കുമൊപ്പം ഏതോ ഹാസ്യം പുറത്തെടുത്ത് ചിരിച്ചുകുലുങ്ങുന്ന നെഹ്റു– തുടങ്ങിയവയെല്ലാം ബ്രസ്സന്റെ ഇന്ത്യൻ ചിത്രങ്ങളാണ്. വെടിയേൽക്കുന്നതിനു പതിനഞ്ച് മിനിറ്റ് മുമ്പ് അദ്ദേഹം ഗാന്ധിജിയോടൊപ്പമുണ്ടായിരുന്നത് വ്യക്തിപരമായ വേദനകൂടിയാണ്.

ഫോട്ടോഗ്രാഫർ എന്ന നിലയിൽ ബ്രസ്സന്റെ സമർപ്പണം കണ്ടറിഞ്ഞത് ഴാങ് റെനോയർ ആയിരുന്നെന്നത് പിന്നീടും സ്വാധീനമായി. ചലച്ചിത്രങ്ങളിൽ വേഷമിട്ട ബ്രസ്സൻ ചില സിനിമകളെടുക്കുകയും ചെയ്തു. റെനോയർ നിർമ്മിച്ച പാർട്ടി *ഡി ക്യാംപെയ്ൻ* (1936), *ലാ റെഗ്‌ലെ ഡു ജു* (1939) എന്നിവയിലെ അഭിനയം ശ്രദ്ധേയമായിരുന്നു. രണ്ടാം ലോകമഹായുദ്ധകാലത്ത് ലോകപ്രശസ്ത യുദ്ധഫോട്ടോഗ്രാഫർ റോബർട്ട് കാപയുമായി ചേർന്ന് ബ്രസ്സൻ ചില ഡോക്യുമെന്ററികൾ പുറത്തിറക്കി. യുദ്ധഭീകരത തുറന്നുകാട്ടിയ ആ പ്രവൃത്തികൾ ഏറെ പ്രശംസിക്കപ്പെട്ടു. സ്പാനിഷ് ആഭ്യന്തര യുദ്ധം, പാരീസ് വിമോചനം, മൗവിന്റെ ലോങ് മാർച്ച് തുടങ്ങിയവയെല്ലാം ജീവനോടെ ലോകമറിഞ്ഞത് ബ്രസ്സനിലൂടെ. ഫ്രാൻസിനെ ജർമ്മനി കടന്നാക്രമിച്ചപ്പോൾ ബ്രസ്സനും പിടിയിലായി. അന്ന് ആർമിയുടെ ഫിലിം – ഫോട്ടോ യൂണിറ്റിൽ പ്രവർത്തിക്കുകയായിരുന്നു അദ്ദേഹം. 1940 ജൂണിൽ സെന്റ് ഡൈയിൽനിന്നാണ് അറസ്റ്റിലായത്. തുടർന്ന് 35 മാസക്കാലം യുദ്ധത്തടവുകാരനാക്കി പീഡിപ്പിച്ചു. "സർറിയലിസ്റ്റ് ആശയങ്ങളുള്ള ഒരു യുവ ബൂർഷ്വ കല്ലുപൊട്ടിച്ചും സിമന്റ് ഫാക്ടറിയിൽ പണിയെടുത്തും കഴിഞ്ഞത് നല്ലൊരു പാഠമായിരുന്നു" എന്നാണ് ബ്രസ്സൻ അക്കാലത്തെ കാവ്യാത്മകമായി വിശദീകരിച്ചത്. പറഞ്ഞത് ഇങ്ങനെയാണെങ്കിലും ഈ മതിലുകൾക്കുള്ളിൽ അദ്ദേഹം വീർപ്പുമുട്ടി. രണ്ടുവട്ടം തടവുചാടാൻ ശ്രമിച്ചെങ്കിലും പിടികൂടപ്പെട്ടു. കടുത്ത ജാഗ്രതയ്ക്ക് നടുവിലായിരുന്നു പിന്നീട്. എന്നിട്ടും മൂന്നാമത്തെ ജയിൽചാട്ടശ്രമം വിജയം കണ്ടു. ഫാസിസ്റ്റ് വിരുദ്ധത, യുദ്ധത്തിനെതിരായ പ്രതികരണങ്ങൾ, നേർത്ത മുതലാളിത്ത വിമർശനങ്ങൾ. ഇത് വളർന്ന് ഒരു

ഹെൻറി കാർട്ടിയേർ ബ്രസ്സൻ

ഘട്ടത്തിൽ ഇടതുപക്ഷ ചായ്‌വിലേക്കെത്തി. അതുകൊണ്ടാണ് ബ്രസ്സനെ റഷ്യയിലേക്കും ചൈനയിലേക്കും പ്രവേശിപ്പിച്ചത്. ഫ്രഞ്ച് പ്രതിരോധ പ്രസ്ഥാനവുമായുള്ള ബന്ധവും ആ സ്വീകാര്യതയ്ക്ക് അടിസ്ഥാനമായിരുന്നിരിക്കണം. *ലൈഫ്* പോലുള്ള ലോകപ്രശസ്ത മാഗസിനുകൾക്ക് റഷ്യൻ–ചൈനാ കാഴ്ചകൾ പകർന്നു നല്കിയത് ഇക്കാലത്ത് ബ്രസ്സനായിരുന്നു.

ചരിത്രത്തിന്റെ നിർണ്ണായക മുഹൂർത്തങ്ങൾ. കഴിഞ്ഞ നൂറ്റാണ്ടിനെ പിടിച്ചുലച്ച സംഭവങ്ങൾ. അവയിൽ ചിലതിന് നിറക്കൂട്ട് നല്കിയ വ്യക്തിരൂപങ്ങൾ. ഇതുപോലെ ലോകത്തെ ആഴത്തിൽ പകർത്തിവെച്ചതിൽ ഏറ്റവും മുന്നിലാണ് ബ്രസ്സൻ. ക്ഷമ, സവിശേഷ പ്രചോദനം, അച്ചടക്കം, അപൂർവ്വാവസരങ്ങളുടെ ലഭ്യത ഈ ഘടകങ്ങളെല്ലാം അദ്ദേഹത്തിന് ഏറെ പ്രയോജനകരമായി. ട്രൂമാൻ, സാർത്ര്, സൂസൺ സൊണ്ടാഗ്, ചെ ഗുവേര തുടങ്ങിയവരുടെ ഏകാന്തനിമിഷങ്ങൾ ഒപ്പിയിട്ടുണ്ട് ബ്രസ്സൻ. വിപ്ലവങ്ങൾ, അട്ടിമറികൾ, രാഷ്ട്രീയ ഭൂകമ്പങ്ങൾ – ഇവയിലൂടെ നഗ്നപാദനായി നടന്നുള്ള അന്വേഷണങ്ങൾ. ഇന്ത്യ ബ്രസ്സനെ എന്നും പ്രലോഭിപ്പിച്ചുകൊണ്ടിരുന്നു. സ്വാതന്ത്ര്യ സമ്പാദനഘട്ടം മുതൽ 1987 വരെയുള്ള നാല്പത് വർഷം അദ്ദേഹം ആറ് ദീർഘസന്ദർശനങ്ങൾ നടത്തി. ഗാന്ധിവധവും തുടർന്നുണ്ടായ സന്ദിഗ്ദ്ധതകളും.

ബ്രസ്സന്റെ പ്രശസ്ത രചനകളിൽ ജീവിതത്തിന്റെ ദൈന്യവും വിഹ്വലതകളും ഇഴചേർന്ന ചില ചിത്രങ്ങളും. ക്യാമറയുടെ സാന്നിദ്ധ്യമറിയാതെ നിഷ്കളങ്കമായി ഉല്ലാസവേളയിൽ ഏർപ്പെട്ട തൊഴിലാളി കുടുംബത്തിന്റെ ചിത്രം പകർത്തിയിരുന്നു. 1938 ൽ മാർണെ ബീച്ചിൽനിന്നായിരുന്നു ആ ദൃശ്യം. എത്രയോ കഠിന മുഹൂർത്തങ്ങളുടെ ഒരേയൊരു ഫോട്ടോഗ്രാഫറായിരുന്നു ബ്രസ്സൻ. എന്നാൽ ഫോട്ടോഗ്രാഫിയുടെ കാഴ്ചയിൽനിന്ന് സ്വയം മറഞ്ഞിരിക്കാൻ ശ്രമിച്ചു. 1975 ൽ ഓക്സ്ഫോർഡ് സർവ്വകലാശാലയിൽനിന്ന് ഓണററി ഡോക്ടറേറ്റ് സ്വീകരിച്ചപ്പോൾ അദ്ദേഹം മുഖം കടലാസുകൊണ്ട് മറച്ചതായി കേട്ടിട്ടുണ്ട്. ശ്രീനഗർ ചിത്രങ്ങൾ, ചൈനയുടെ പരിവർത്തനഘട്ടങ്ങളും മോസ്കോവിലെ ജനങ്ങളും, ബാലിനി നർത്തകർ, യൂറോപ്യന്മാർ തുടങ്ങിയ ചിത്രപരമ്പരകളും ബ്രസ്സന്റേതായിട്ടുണ്ട്. ഫോട്ടോഗ്രാഫിയെയും ചിത്രകലയെയും സമന്വയിപ്പിച്ചുകൊണ്ടുള്ള ധാരണകളും ബ്രസ്സന്റെ ചിന്താലോകത്തുണ്ടായി. ഓരോ ഫോട്ടോയും ഓരോ പെയിന്റിങ്ങുകളാണെന്ന ധാരണ അതിന്റെ ഉല്പന്നമാണ്. അവസാനത്തെ കുറേ വർഷങ്ങൾ ചിത്രകലയിലൂന്നിയാണ് അദ്ദേഹത്തിന്റെ സർഗ്ഗപ്രവർത്തനങ്ങൾ മുന്നോട്ടുപോയത്. നൂറ്റാണ്ടിന്റെ കണ്ണ്, കാലത്തിന്റെ കണ്ണാടി, ലോകത്തിന്റെ നേർക്കാഴ്ച തുടങ്ങിയ നിലകളിലെല്ലാം വിശേഷിപ്പിക്കപ്പെട്ട ഹെൻറി കാർട്ടിയേർ ബ്രസ്സൻ ഫോട്ടോഗ്രാഫിയുടെ ഒരേയൊരു ലോക ഉദാഹരണമായും വാഴ്ത്തപ്പെട്ടു.

മരണത്തിലേക്കൊരു രക്ഷപ്പെടൽ

രംഗബോധമില്ലാത്ത കോമാളിയാണ് മരണം. അസമയത്തും അസ്ഥാനത്തും എത്തിനോക്കാൻ അതിന് ഒരു മടിയുമില്ല. സുനാമിത്തിരകളായും കത്തിക്കാളുന്ന തീയായും റോഡപകടങ്ങളായുമെല്ലാം ആ വിദൂഷകൻ വന്നുപോകാറുണ്ട്. എന്നാൽ സങ്കടകരങ്ങളായ അത്തരം അകാല വിയോഗങ്ങൾക്ക് വേദനിക്കുന്ന തെളിവുകളുണ്ടാകുമ്പോൾ മനസ്സ് പിന്നെയും നീറും. ബോസ്റ്റണിലെ മാൾബറോ സ്ട്രീറ്റിൽ 1975 ജൂലൈ 22 ന് അഗ്നി വിഴുങ്ങിയ കെട്ടിടത്തിന്റെ അഞ്ചാം നിലയിൽനിന്ന് ചാടി രക്ഷപ്പെടാൻ ശ്രമിച്ച യുവതിയും ബന്ധുവായ കൊച്ചുകുട്ടിയും ഇന്നലെയെന്നപോലെ എല്ലാവരിലും മിന്നിമറിയുന്നുണ്ട്. ഭയവും ഞെട്ടലും സംഭ്രമവും സങ്കടവും പിന്നെ നിർവ്വചിക്കാനാവാത്ത വികാരങ്ങളും ചാലിച്ച രംഗം എക്കാലത്തേക്കുമായി പിടിച്ചെടുത്തത് സ്റ്റാൻലി ജെ ഫോർമാന്റെ ക്യാമറ.

നല്ല ഉയരമുള്ള കെട്ടിടം. അനുവാദമില്ലാത്തവിധം എന്നുപറയും മട്ടിൽ വാതിൽ തുറന്നെത്തിയ തീ. പതുങ്ങിയ കരച്ചിലുകൾ കൂട്ടനിലവിളികളായി വളർന്നു. ഒരാൾക്ക് മറ്റൊരാളെ ശ്രദ്ധിക്കാൻപോലും കഴിയാത്തമട്ടിൽ അവ്യക്തതയുടെ പുക. അഞ്ചാം നിലയിൽ താമസിക്കുകയായിരുന്ന കുടുംബത്തിൽ അന്ന് അവിടെയുണ്ടായ ഡയാന ബ്ര്യാന്റ് രണ്ടു വയസ്സുകാരിയെയുമെടുത്ത് രക്ഷാസംവിധാനത്തിനടുത്തേക്ക് കുതിച്ചു. അപ്പോഴേക്കും അത് പ്രവർത്തനരഹിതമായിക്കഴിഞ്ഞിരുന്നു. അവസാന അഭയമായി കൂറ്റൻ ജനലുകളാണ് മുന്നിൽ കണ്ടത്. കുട്ടിയെയും മാറോടു ചേർത്ത് അതിനടുത്തേക്ക്. പിന്നെ താഴേക്ക് ചാടി. ആ പത്തൊൻപതുകാരിയും എന്താണ് സംഭവിക്കുന്നതെന്നറിയാത്ത രണ്ടുവയസ്സുമാത്രമുള്ള ടീ ആറാ ജോൺസും അതിനുമുമ്പ് ഒരു സഹായഹസ്തം നീണ്ടത് കാണുകയുമുണ്ടായി. ടീ ആറായെ മേൽക്കൂരയിലൂടെ തനിക്ക് കൈമാറാൻ

മാർള്‍ബറോ തെരുവിലെ തീപിടുത്തം

ആവശ്യപ്പെട്ട ഫയർമാൻ റോബർട് ഒ നെയ്ലിയുടേതായിരുന്നു ആ കൈകൾ. അതിനായി ശ്രമം നടത്തിയെങ്കിലും കൂടുതൽ പരീക്ഷണത്തിന് സമയമുണ്ടായില്ല. യുവതിയും കുട്ടിയും താഴേക്ക്. ദുരന്തത്തിന് പശ്ചാത്തലമൊരുക്കി ചെടിച്ചട്ടിയും ഏണിയും വീഴുന്നു. എല്ലായിടത്തുനിന്നുമായി കുറേ മനുഷ്യരുടെ കരച്ചിലുകളും ചാട്ടവും. തറയിലെത്തുമ്പോഴേക്കും ഡയാന മരണത്തിന്റെ കൈകളിലായി. കുട്ടി പരിക്കുകളോടെ രക്ഷപ്പെട്ടു. ഡയാനയുടെ ശരീരത്തിൽ തട്ടി വീണതിനാലാണ് ക്ഷതത്തിന്റെ ആഘാതം കുറഞ്ഞത്. പൊലീസ് സ്കാനറിൽ തീയും നിലവിളിയുടെ അകമ്പടിയും കണ്ട സ്റ്റാൻലി ജെ ഫോർമാൻ കൃത്യസമയത്ത് സ്ഥലത്തെത്തി. 'മാൾബറോ സ്ട്രീറ്റിലെ തീപിടുത്തം' അങ്ങനെ അദ്ദേഹത്തിന്റെ ക്യാമറക്കുള്ളിലായി. എല്ലാ നേർത്ത വിശദാംശങ്ങളും അതിന്റെ പ്രത്യേകത. രക്ഷയിലേക്കുള്ള കവാടം, മറിഞ്ഞു വീഴുന്ന ഏണി, ഇളകിത്തെറിഞ്ഞ ചെടിച്ചട്ടി, എല്ലാറ്റിനെയും വിഴുങ്ങാനൊരുങ്ങി പുകയുടെ കട്ടപിടിച്ച വായ.

ബോസ്റ്റൺ ഹെറാൾഡ് പത്രത്തിലാണ് ഫോട്ടോ ആദ്യം പ്രസിദ്ധീകരിച്ചത്. പിന്നെയത് നൂറിലധികം പ്രസിദ്ധീകരണങ്ങൾ ആവർത്തിച്ചു. നിയമനിർമ്മാണ രംഗത്തും അതിന്റെ സ്വാധീനമുണ്ടായി. ഫയർ എസ്കേപ്പിന് ചില നിബന്ധനകളുടെ കൂട്ടിച്ചേർക്കലുണ്ടായത് എടുത്തു പറയേണ്ടതുണ്ട്.

നാലുവർഷത്തിനിടെ മൂന്ന് പുലിസ്റ്റർ എന്ന അപൂർവ്വ ബഹുമതിയും ഫോർമാനെത്തേടിയെത്തി. ബോസ്റ്റണിലെ ബെഞ്ചമിൻ ഫ്രാങ്ക്ളിൻ ഇൻസ്റ്റിറ്റ്യൂട്ടിലായിരുന്നു ഫോട്ടോഗ്രാഫി പഠനം. 1966 ൽ ബിരുദം നേടിയശേഷം ചില രാഷ്ട്രീയ പ്രചാരണങ്ങളുടെ ഫോട്ടോഗ്രാഫറുമായി. കറുത്തവർഗ്ഗക്കാരനായ അഭിഭാഷകൻ ടെഡ്ലാൻ ഡ്സ്മാർക്കിനെ ഒരാൾ വടികൊണ്ട് അടിക്കുന്ന ചിത്രമെടുത്തതിനായിരുന്നു ആദ്യ പുലിസ്റ്റർ. 1978 ൽ രാജ്യത്തിന്റെ ചില ഭാഗങ്ങൾ ഹിമവർഷം എടുത്തോടിയ കൊടുങ്കാറ്റിൽ നടുങ്ങി. അതിന്റെ പ്രഹരമന്വേഷിച്ചിറങ്ങിയ ഫോർമാന് മഞ്ഞുകട്ടയിൽ തട്ടിവീണ് പരിക്കേറ്റു. പിന്നെ കുറേനാൾ ഊന്നുകാലിലായിരുന്നു നടത്തം. അപ്പോഴും ഫോട്ടോയെടുപ്പിന്റെ ആഗ്രഹങ്ങളായിരുന്നു ഒപ്പം. ഒട്ടനവധി വൈകാരിക മുഹൂർത്തങ്ങൾക്ക് ദൃശ്യഭാഷ്യം ഒരുക്കിയ ഫോർമാൻ ഏറ്റവുമധികം നെഞ്ചോടുചേർത്തത് 'ഫയർ ഓൺ മാൾബറോ സ്ട്രീറ്റ്' ആണ്. തീനാളങ്ങളിൽനിന്ന് രക്ഷപ്പെടാൻ ശ്രമിക്കവെ വീണ് ഗുരുതരമായി പരിക്കേറ്റ ടീ ആറാ ജോൺസ് അദ്ദേഹത്തിന് ഫോട്ടോ വിഷയമെന്നതിലുപരി സ്നേഹത്തിന്റെ പ്രതീകമായിരുന്നു. ആശുപത്രിക്കിടക്കയിൽ കഴിയവെ അവളെ പലവട്ടം സന്ദർശിച്ചു. ടീ ആറായ്ക്ക് പ്രിയങ്കരമായ ടെഡ്ഡി ബീറുമായിട്ടായിരുന്നു സന്ദർശനങ്ങൾ. പല നിറങ്ങളിലും രൂപങ്ങളിലുള്ളവ.

സ്റ്റാൻലി ജെ ഫോർമാൻ

ഗിന്നസ്ബുക്ക് റെക്കോഡിനരികെ

പൊന്ന്യത്ത് ഗോപാലൻ മലബാറിന്റെ ഹെൻറി കാർട്ടിയേർ ബ്രസ്സനായി കുടിയിരുത്തേണ്ട സാഹസികനായ ഫോട്ടോഗ്രാഫറാണ്. ചരിത്രത്തിന്റെ കവാടങ്ങൾ തള്ളിത്തുറന്ന എത്രയോ മുഹൂർത്തങ്ങൾ അദ്ദേഹം ക്യാമറയിലൂടെ ഒപ്പിയെടുത്തു. മലബാറിലെ കുഗ്രാമങ്ങളുടെ രാഷ്ട്രീയ ചലനങ്ങളും സാംസ്കാരിക പ്രത്യേകതകളും നരവംശശാസ്ത്ര കൗതുകങ്ങളുമടക്കം. ഫോക്കസ് തെറ്റിയ ക്യാമറപോലുള്ള ജീവിത ദുരിതങ്ങൾ ഇരുട്ട് വീഴ്ത്തിയപ്പോഴും ആ മനസ്സ് നിറയെ ഫോട്ടോകളായിരുന്നു. കണ്ണൂരിലെ പ്രശസ്ത സ്റ്റുഡിയോകളിൽ മുപ്പതുകളിൽ ഗോപാലനുവേണ്ടി പിടിവലിയായിരുന്നു. വ്യക്തിയുടെ തൊലിക്കും കുപ്പായത്തിനുമിടയിൽ ക്യാമറ വയ്ക്കാൻ പഠിക്കണമെന്ന് ആവർത്തിച്ച ബ്രസ്സനെപ്പോലെ ഗോപാലൻ പറഞ്ഞുകൊണ്ടിരുന്നത്, ഫോട്ടോയെടുക്കുമ്പോൾ മനസ്സിൽ അതുമാത്രമായിരിക്കണമെന്നാണ്. രാഷ്ട്രീയ ഫോട്ടോഗ്രാഫർ എന്ന നിലയിൽ അദ്ദേഹത്തിന്റെ രൂപപരിണാമങ്ങളിൽ എത്രയോ അനുഭവങ്ങൾ. ഒരു ഒളിവുകേന്ദ്രത്തിൽ പി കൃഷ്ണപിള്ളയെയും എ കെ ജിയെയും കണ്ടതുമുതൽ അയാൾ സ്വന്തം സ്ഥാനം നിശ്ചയിച്ചുകഴിഞ്ഞിരുന്നു.

ഇടതുപക്ഷ കോൺഗ്രസുകാരുടെ നേതൃത്വത്തിൽ നടന്ന ബക്കളം സമ്മേളനം. മലബാറിന്റെ രാഷ്ട്രീയ കാഴ്ചപ്പാടുകൾ ഇളക്കിമറിച്ച 1939 ലെ ആ ജനാവേശത്തിന്റെ ജ്വാലകൾ ക്യാമറയിലൂടെ ഒപ്പിയെടുത്തത് ഗോപാലൻ. നേതാക്കളുടെ ഒറ്റച്ചിത്രങ്ങൾ. പരിപാടികളുടെ ഗ്രൂപ്പ് ഫോട്ടോകളും. ഫോട്ടോഗ്രാഫർ എന്ന നിലയിൽ ഏറ്റവും വേദനാജനകമായ ഓർമ്മയായി ഗോപാലന്റെ മനസ്സിലുണ്ടായത് കെ പി ആർ ഗോപാലനെക്കുറിച്ചുള്ളതായിരുന്നു. മൊറാഴ ചെറുത്തുനില്പിനെ തുടർന്ന് ഒളിവിൽ പോയ കെ പി ആർ. പിടികിട്ടാപ്പുള്ളിയും ലഹളത്തലവനുമെന്ന് മുദ്രകു

കെ പി ആർ ബക്കളം സമ്മേളന വേളയിൽ

ത്തിയുള്ള ബ്രിട്ടീഷ് പ്രഖ്യാപനം. 'ഭീകരനായ ആ കുറ്റവാളി'യെ പിടിയിലൊതുക്കാൻ മർദ്ദകവീരന്മാരായ പൊലീസ് മേധാവികളുടെ ഗൂഢാലോചന. ബക്കളം സമ്മേളനവേദിയിലെടുത്ത കെ പി ആറിന്റെ ഫോട്ടോ ഹാജരാക്കാൻ പൊന്ന്യത്തിനോട് പൊലീസിന്റെ ആജ്ഞ. അദ്ദേഹമത് കേട്ടില്ല. കണ്ണൂരിലെ തന്റെ സ്റ്റുഡിയോവിന്റെ രണ്ടാം നിലയിലേക്ക് സിനിമയിലെന്നവണ്ണം ഒച്ചവച്ച് ചാടിക്കയറി പൊലീസ്. അപൂർവ്വങ്ങളായ പല ഫിലിമുകളും നശിപ്പിച്ച് അധികാര വിസ്തൃതി ബോദ്ധ്യപ്പെടുത്തിയതിനുശേഷമാണ് കെ പി ആറിന്റെ ഫോട്ടോ കൈക്കലാക്കിയത്.

അന്നു രാത്രി ഗോപാലന് ഉറങ്ങാനായില്ല. വിങ്ങിപ്പൊട്ടി നില്ക്കുകയായിരുന്നു. തന്റേതല്ലാത്ത കാരണം കൊണ്ടാണെങ്കിലും ഇനി വരാനിരിക്കുന്ന പീഡനക്കൊടുങ്കാറ്റുകൾ... മർദ്ദനത്തീവാഴ്ചകൾ... പിറ്റേദിവസം കണ്ണൂരിലെ പ്രധാന കേന്ദ്രങ്ങളിലും ചുവരുകളിലുമെല്ലാം താനെടുത്ത കെ പി ആറിന്റെ ചിത്രം. ഒപ്പം മുഖ–ശരീര പ്രത്യേകതകൾ വിവരിക്കുന്ന ലഘുകുറിപ്പ്. ഒരാഴ്ചയ്ക്കുള്ളിൽ, ഈ കണ്ടവരുണ്ടോ പരസ്യം കേരളമാകെ പടർന്നു. തീർന്നില്ല. ബാംഗ്ലൂരിലും മംഗലാപുരത്തും കോയമ്പത്തൂരിലും അവയെത്തി. മംഗലാപുരത്ത് ഈ പരസ്യം കണ്ട് കെ പി ആറിന്റെ രൂപസാദൃശ്യമുള്ള ഒരു പട്ടർ അറസ്റ്റിലായി. അയാൾക്കും തൊപ്പി. പൊലീസിന്റെ പ്രതികരണം മനസ്സിലാക്കി ഭയന്ന അയാളുടെ മുണ്ട് ഊർന്നുവീഴാൻ തുടങ്ങി. അത് ശരിയാക്കാനെന്ന നിലയിൽ മടിക്കുത്ത് പിടിച്ചു അയാൾ. ഉജ്ജ്വലധീരനായ കെ പി ആറിനെക്കുറിച്ച് പൊലീസ് സംഘത്തിനിടയിൽ ചില വീരകഥകൾ പ്രചാരത്തിലുണ്ടായിരുന്നു. അദ്ദേഹം മായാവിയാണെന്ന വിശ്വാസംപോലും പരന്ന കാലമായിരുന്നു അത്. കെ പി ആർ തോക്കെടുക്കുകയാണെന്ന് ധരിച്ച് പൊലീസുകാർ ഓടി രക്ഷപ്പെട്ടു. പട്ടർ അയാളുടെ വഴിക്കും പോയി. വീരശൂരപരാക്രമികളായ പൊലീസുകാരുടെ ധൈര്യം പരീക്ഷിക്കപ്പെട്ട ആ സംഭവം തെല്ല് പരിഹാസത്തോടെ എ കെ ജി ആത്മകഥയിൽ രേഖപ്പെടുത്തിയിട്ടുണ്ട്.

പൊന്ന്യത്ത് ഗോപാലന്റെ ഫോട്ടോഗ്രാഫി ഭ്രമത്തിന് തുടർച്ചകളുണ്ടാക്കിയത് ആദ്യകാല മലയാള ചലച്ചിത്ര പ്രവർത്തകരിൽ ചിലർ. ചില സിനിമകളിൽ വേഷമിടുന്നതിന് അദ്ദേഹം മദ്രാസിലേക്ക് വണ്ടികയറുകയും ചെയ്തു. സാഹചര്യങ്ങളുടെ സമ്മർദ്ദംമൂലം അഭിനയം ഉപേക്ഷിച്ച് സിനിമാ ചിത്രങ്ങളെടുക്കുകയായിരുന്നു. പല പ്രധാന പ്രസിദ്ധീകരണങ്ങളും ഗോപാലന്റെ ഫോട്ടോകൾക്കായി കാത്തിരുന്നിട്ടുള്ളത് മറക്കാനാവില്ല. കെ കേളപ്പൻ, വിഷ്ണുഭാരതീയൻ, കെ പി ആർ തുടങ്ങിയവരുടെ ആദ്യ ചിത്രങ്ങൾ പുറംലോകം കാണുന്നത് അങ്ങനെ. കണ്ണൂരിൽ നടന്ന യുദ്ധവിരുദ്ധ പ്രചാരണത്തിന് ആശയദാർഢ്യം നല്കിയത് ഗോപാലന്റെ ചിത്രങ്ങൾ. മദിരാശി വാസകാലത്ത് എടുത്ത യുദ്ധവിരുദ്ധ റാലികളിലെ നിറഞ്ഞ ജനസാന്നിദ്ധ്യം കണ്ണൂരിലും അനുഭവവേദ്യമാക്കി അദ്ദേഹം. ആഫ്രിക്കൻ കമ്യൂണിസ്റ്റ് പാർട്ടി നേതാവ് യൂസഫ് ദാദുവിന്റെ

പൊന്ന്യത്ത് ഗോപാലൻ

മദിരാശി പ്രസംഗചിത്രവും പിന്നീട് പലേടത്തും പ്രദർശിപ്പിച്ചു.

കയ്യൂർ രക്തസാക്ഷികളെ സ്പർശിച്ചുള്ള പൊന്ന്യത്ത് ഗോപാലന്റെ ഓർമ്മകൾക്ക് നൊമ്പരത്തിന്റെ നനവുണ്ട്. വധശിക്ഷയ്ക്ക് വിധിക്കപ്പെട്ട ആ നാല് രണധീരരെ കാണാൻ പി സി ജോഷിയും പി കൃഷ്ണപിള്ളയും വന്നത് അദ്ദേഹത്തിനും ആവേശമായിരുന്നു. കൃഷ്ണപിള്ള തന്റെ പഴയ പരിചയക്കാരനായ ഗോപാലനെ ഓർമ്മിച്ച് തെരഞ്ഞുപിടിച്ചു. വധശിക്ഷ നടപ്പാക്കുംമുമ്പ് യുവപോരാളികളുടെ ഫോട്ടോ പകർത്താനാവുമെന്ന് അയാൾ കരുതി. അതില്ലെങ്കിൽ പർവ്വതങ്ങൾപോലെ തലയുയർത്തി നിന്ന നേതാക്കളുമായുള്ള കൂടിക്കാഴ്ചയെങ്കിലും ഒപ്പിയെടുക്കാൻ അനുവാദം ലഭിക്കുമെന്ന് പ്രതീക്ഷിച്ചു. രണ്ടും നടന്നില്ല. ഒടുവിൽ കയ്യൂരേക്കുള്ള യാത്രയിൽ പൊന്ന്യത്ത് ഗോപാലൻ നേതാക്കളെ അനുഗമിച്ചു. കർഷക കുടുംബങ്ങൾക്കായി കമ്യൂണിസ്റ്റ് പാർട്ടി പിരിച്ചെടു

ത്ത തുകയിൽ അദ്ദേഹവും തന്നാൽ കഴിയുംവിധം ചെറിയ കൂട്ടിച്ചേർക്കൽ നടത്തി.

ഗോപാലൻ ഇതേ കാലയളവിൽ പകർത്തിയ നാടോടി കുടുംബത്തിന്റെ ചിത്രം ബ്രസ്സന്റേതുപോലെയായിരുന്നെന്ന് ടി സി നാരായണൻ നമ്പ്യാർ ഒരിക്കൽ പറഞ്ഞിട്ടുണ്ട്. പല ഫോട്ടോകളും പകർത്തിയ ഗോപാലൻ, എന്നാൽ ക്യാമറക്കണ്ണുകളിൽനിന്ന് സ്വയം ഒളിച്ചുവെച്ചു. പൊന്ന്യത്ത് ഗോപാലന്റെ ചിത്രങ്ങൾ സംരക്ഷിച്ച് വർഗ്ഗീകരിച്ചിരുന്നെങ്കിൽ കേരളത്തിലും ഭൂദൃശ്യങ്ങൾ, രാഷ്ട്രീയ ഫോട്ടോകൾ, വ്യക്തിത്വ വിശദീകരണങ്ങൾ, ജീവിതദൈന്യങ്ങൾ എന്നിങ്ങനെ അത് വിഭജിക്കാമായിരുന്നുവെന്നതാണ് യാഥാർത്ഥ്യം. പഴയ പോർട്രെയിറ്റുകൾ മികവുറ്റതാക്കുന്നതിൽ അനിതരസാധാരണമായ വൈഭവമാണ് പുലർത്തിയിരുന്നത്. കേരളത്തിലെ ആദ്യ രാഷ്ട്രീയ ഫോട്ടോഗ്രാഫർമാരിലൊരാളായ അദ്ദേഹത്തിന്റെ ക്യാമറ പ്രശസ്തമായിരുന്നു; ചരിത്ര വസ്തുവും. ലോക ഫോട്ടോഗ്രാഫിയുടെ പ്രായത്തിന് ചില്ലറ കുറവുമാത്രമുള്ള അത് ഗിന്നസ്ബുക്കിന്റെ കവാടത്തിലെത്തിയതാണ്. ലോകത്തിലെ ഏറ്റവും പ്രായമുള്ള ക്യാമറയെന്ന കണക്കിൽ ഗിന്നസ്ബുക്ക് ഡയറക്ടർ ഷെയ്‌ലാ ജോൺസ് പലവട്ടം എഴുത്തുകുത്തുകൾ നടത്തി. എന്നാൽ, ചരിത്രത്തിലേക്കുള്ള പ്രവേശനം തനിക്ക് അന്നമാകില്ലെന്ന് കണ്ട് അതിലൊന്നും ആവേശം കാണിച്ചില്ല. ജീവിതത്തിന്റെ രണ്ടറ്റവും കൂട്ടിമുട്ടിക്കാൻ ക്യാമറയുമായി ഗോപാലേട്ടൻ അലഞ്ഞുനടക്കുകയായിരുന്നു. ആദ്യകാലത്തെ സമ്പന്നതകളിൽ ചില സന്ദിഗ്ദ്ധതകൾ നിഴൽ വീഴ്ത്തിയതിനാലായിരുന്നു ഈ അനാഥത്വം.

അസനുമ വധം

ഭൂഗോളത്തിന്റെ അതിരുകളിൽ കണ്ണീർച്ചാലുകളൊഴുക്കിയ അസംഖ്യം സംഭവങ്ങളിൽ ലോക നേതാക്കളുടെ ദാരുണമായ കൊലപാതങ്ങളുമുണ്ട്. രാഷ്ട്രീയ എതിരാളികളും ചാരസംഘടനകളും സാമ്രാജ്യത്വ ഗൂഢാലോചനയും ഫാസിസ്റ്റ് അക്രമികളുമെല്ലാം ചരിത്രത്തിന്റെ നെഞ്ചു പിളർന്ന വാർത്തകൾ ജനാധിപത്യ സമൂഹം ഞെട്ടലോടെയാണ് കേട്ടത്. നിസ്സാരങ്ങളായ കാരണങ്ങൾക്കുപോലും വിലപ്പെട്ട ജീവനുകൾ ബലിയാക്കപ്പെട്ടിട്ടുണ്ട്. ആധുനിക ഇന്ത്യയിലെ ഏറ്റവും ക്രൂരമായ രാഷ്ട്രീയ വധമായിരുന്നു മഹാത്മാഗാന്ധിയുടേത്. ദില്ലിയിലെ ബിർള ഭവനുമുന്നിൽ 1948 ജനുവരി 30 ന് ആർ എസ് എസുകാരനായ നാഥുറാം വിനായക ഗോഡ്സെയാണ് ആ ജീവിതം ചോരയിലവസാനിപ്പിച്ചത്. അമേരിക്കയുടെ പതിനാറാം പ്രസിഡന്റും ഗെറ്റിസ്ബർഗ് പ്രസംഗത്തിലൂടെ ശ്രദ്ധേയമായ എബ്രഹാം ലിങ്കന്റെ ജനകീയ നിലപാടുകളാണ് കൊലക്കത്തിക്ക് മൂർച്ച കൂട്ടിയതും. 1845 ഏപ്രിൽ പതിനാലിനായിരുന്നു നടൻ ജോൺ വിൽക്സ് ബൂത്തിന്റെ തോക്ക് ആ നെഞ്ചു പിളർന്നതെന്നതും പ്രധാനം. ആഫ്രിക്കൻ അമേരിക്കക്കാർക്ക് സ്വാതന്ത്ര്യം നല്കിയതിനും അടിമവ്യവസ്ഥക്കെതിരെ ശബ്ദിച്ചതിനുമായിരുന്നു വധശിക്ഷ. 35–ാം പ്രസിഡന്റായ ജോൺ എഫ് കെന്നഡിയും ശത്രുതയുടെ ഇരയായി. 1963 നവംബർ 22 നായിരുന്നു ആ ദുരന്തം. ലീ ഹാർവി ഒസ്വാൾഡിനെ പിടികൂടിയെങ്കിലും വധത്തിന് പിന്നിലെ ദുരൂഹത നീങ്ങിയില്ല. അമേരിക്കൻ മനുഷ്യാവകാശ പ്രസ്ഥാനത്തിന്റെ ശക്തിസ്രോതസ്സായ മാർടിൻ ലൂഥർകിങ് ജൂനിയർക്കുനേരെ വെള്ളപക്ഷപാതിയായ ജെയിംസ് ഏൾ റേയാണ് വെടിയുതിർത്തത്. വീട്ടിന്റെ ബാൽക്കണിയിൽ നിൽക്കവെ 1968 ഏപ്രിൽ നാലിനായിരുന്നു വർണ്ണവെറിയന്റെ ക്രൂരത. അമേരിക്കയിലെ കറുത്തവർഗ്ഗ മുസ്ലീം മന്ത്രി മാൽകം എക്സ് മുപ്പത്തിയൊമ്പതാം വയസ്സിലാണ്

യാസുഷി നഗാവോ

'ടോക്യോ കുത്ത്' ഫോട്ടോ

കൊല്ലപ്പെട്ടതെന്നത് മറ്റൊരുകാര്യം. 1965 ഫെബ്രുവരി 21 ന് മൂന്ന് അക്രമികൾ 16 തവണ തുരുതുരാ നിറയൊഴിക്കുകയായിരുന്നു. ബ്ലാക്ക് പവർ പ്രസ്ഥാനത്തോട് നിറഞ്ഞ അസഹിഷ്ണുത കാട്ടിയ സംഘാംഗങ്ങളായിരുന്നു മൂവരും. ആസ്ട്രിയൻ ആർച്ച് ഡ്യൂക്ക് ഫ്രാൻസ് ഫെർഡിനൻഡിന്റെ വധം ഒന്നാം ലോക മഹായുദ്ധത്തിന്റെ ഉൾപ്രേരകങ്ങളിലൊന്നായാണ് കണക്കാക്കുന്നത്. അർഹിക്കുന്ന പ്രാധാന്യം ലഭിക്കാതെപോയ ഉന്മൂലനങ്ങളും കുറേ. ജപ്പാനീസ് സോഷ്യലിസ്റ്റ് നേതാവ് ഇനെജിറോ അസനുമയുടെ വധം കോളിളക്കമുണ്ടാക്കിയത്, സംഭവം ക്യാമറയിൽ പതിപ്പിച്ച ചിത്രത്തിലൂടെയാണ്. അസനുമയെ ലക്ഷ്യംവെച്ച വലതുപക്ഷ പ്രവർത്തകൻ ഒടോയ യമാഗുചിയുടെ അവസാന ഒരുക്കവും മുഖഭാവങ്ങളും തെളിവുപോലെ രേഖപ്പെടുത്തിയതാകട്ടെ യാസുഷി നാഗാവോ. 1960 ലെ വേൾഡ് പ്രസ് ഫോട്ടോ അവാർഡും 1961 ലെ പുലിറ്റ്സർ പുരസ്കാരവും നേടി ആ ഫോട്ടോ.

തീപ്പൊരി പ്രാസംഗികനും ചൈനീസ് ആരാധകനും ഇടതുപക്ഷ സോഷ്യലിസ്റ്റ് പാർട്ടി അദ്ധ്യക്ഷനുമായ അസനുമ ഒരു ടെലിവിഷനിൽ രാഷ്ട്രീയ സംവാദത്തിൽ സംസാരിക്കവെയാണ് യമാഗുചി ചാടിവീണത്. ടോക്യോവിൽ നടന്ന കൊലപാതകം ദേശീയ ടെലിവിഷനിൽ സംപ്രേഷണം ചെയ്തത് ജനങ്ങളെ ഇളക്കി. സങ്കടകരമായ അവസ്ഥകളിലൂ

ടെയായിരുന്നു അസനുമ ജീവിതം തുഴഞ്ഞത്. പ്രസവിച്ചയുടൻ അമ്മ മരിച്ചു. ക്യാൻസർ ബാധിതനായ അച്ഛനും വളരെക്കാലം കൂടെയുണ്ടായില്ല. 1930 കളിൽ അസനുമ രാഷ്ട്രീയരംഗത്ത് ശ്രദ്ധേയനായി. തന്റെ സോഷ്യലിസ്റ്റ് ആഭിമുഖ്യം തുറന്നുപറഞ്ഞ ധീരത പ്രകീർത്തിക്കപ്പെട്ടു. 1959 ൽ ചൈന സന്ദർശിച്ചത് ഏറെ ശകാരങ്ങൾക്കിടയാക്കി. ചൈനയുടെയും ജപ്പാന്റെയും തുല്യശത്രുവാണ് അമേരിക്ക എന്ന പ്രസ്താവനയുടെ പേരിലായിരുന്നു ആക്രമണം. ജപ്പാനിൽ തിരിച്ചെത്തി വിമാനമിറങ്ങുമ്പോൾ മൗവിന്റെ വേഷമിട്ടതും വിവാദമായി.

പതിനേഴുകാരൻ ഒടോയ യമാഗുചി 1960 ഒക്ടോബർ 12 നായിരുന്നു അസനുമയെ വധിച്ചത്. ടോക്യോ ഹിബിയ ഹാളിൽ പ്രസംഗിക്കവെ ചാടിയടുത്ത അക്രമി അദ്ദേഹത്തിന്റെ അടിവയറ്റിൽ വാൾ കുത്തിക്കയറ്റുകയായിരുന്നു. ഈ ദൃശ്യങ്ങൾ ടെലിവിഷനിൽ തത്സമയം കാണിക്കുകയുണ്ടായി. ലക്ഷക്കണക്കിനാളുകൾ ടെലിവിഷനുകൾക്ക് മുന്നിൽ തിങ്ങിക്കൂടി. അത് ഫിലിമിൽ പകർത്തുകയും ചെയ്തു. രാജ്യമാകെ ജനങ്ങൾ ക്ഷുഭിതരായി. ആ ഞെട്ടൽ കുറേനാൾ തുടർന്നു. വൻ പ്രതിഷേധ പ്രകടനങ്ങൾക്കും ജപ്പാൻ സാക്ഷ്യംവഹിച്ചു. കുറ്റകൃത്യം നടത്തിയ ഉടൻ അക്രമി പിടിയിലായി. പൊലീസ് കസ്റ്റഡിയിലിരിക്കെ 1960 നവംബർ രണ്ടിന് അയാൾ സെല്ലിൽ തൂങ്ങിമരിച്ചത് ദുരൂഹം.

അസനുമ പങ്കെടുത്ത സംവാദത്തിന്റെ ചിത്രം *മയ്നിച്ചി ഷിംബുൻ* പത്രത്തിനുവേണ്ടി ശേഖരിക്കാൻ എത്തിയതായിരുന്നു യാസുഷി നഗാവോ. ഫോട്ടോ എഡിറ്റർ ഹിസാതകെ അബോയാണ് നിർബ്ബന്ധിച്ച് അയച്ചത്. അതിന് അപ്രതീക്ഷിത ഫലമുണ്ടായി. അക്രമിയുടെ ചലനങ്ങളിൽ പെട്ടെന്ന് മാറ്റം കണ്ടപ്പോൾ നഗാവോ ഫോക്കസ് ശരിയാക്കി പിന്നോട്ട് നീങ്ങി. അങ്ങനെ രാഷ്ട്രീയവധം ഒപ്പി. ഏറെ ചർച്ചചെയ്യപ്പെട്ട ആ ഫോട്ടോ നഗാവോയുടെ സാദ്ധ്യതകളും വലുതാക്കി. വിദേശ രാജ്യങ്ങളിലേക്കുള്ള നിരന്തര സന്ദർശനത്തെയാണ് അദ്ദേഹം ഏറെ വിലമതിച്ചത്. അക്കാലത്ത് മഹാഭൂരിപക്ഷം ജപ്പാൻകാർക്കും ഇത്തരം അവസരം ലഭിക്കുന്ന സ്ഥിതിയുണ്ടായിരുന്നില്ലെന്നത് സന്തോഷം ഇരട്ടിപ്പിച്ചു. 1962 ൽ പത്രം ഉപേക്ഷിച്ച നഗാവോ സ്വതന്ത്ര ഫോട്ടോഗ്രാഫറായി. ഒട്ടേറെ പ്രത്യേകതകൾ നിറഞ്ഞ ചിത്രമായിരുന്നു 'അസനുമ വധം' അക്രമി നീളൻ ജപ്പാനീസ് കത്തി കുത്തി പിൻവലിക്കുന്നതും രണ്ടുപേർ തടയാൻ ശ്രമിക്കുന്നതും അസനുമയുടെ കണ്ണട സ്ഥാനം തെറ്റിയതുമെല്ലാം തെളിഞ്ഞുകാണാം. 'ടോക്യോ കുത്ത്' എന്ന ശീർഷകത്തിൽ വിഖ്യാതമായ ഫോട്ടോ അന്താരാഷ്ട്ര മാദ്ധ്യമങ്ങളിൽ ഏറെ നിറയുകയുമുണ്ടായി.

പ്രകൃതിയുടെ കോപഭാവം

എഴുന്നേറ്റ് നില്ക്കാൻപോലും ശേഷിയില്ലാത്തത്ര ദുർബ്ബലമായ ആഫ്രിക്കൻ രാജ്യങ്ങൾക്ക് പ്രകൃതിയുടെ പ്രകോപനവും ദേഷ്യവും മറ്റൊരു ഗതികേടാണ്. എല്ലാ പ്രതീക്ഷകളെയും കലക്കിക്കളയുന്ന ഊക്കോടെ വീശിയടിച്ച ചുഴലിക്കൊടുങ്കാറ്റ് ഹെയ്തിപോലുള്ള രാജ്യങ്ങളിൽ വിരിച്ച സർവ്വനാശം കണ്ണീർക്കരയിൽ നിന്നേ നോക്കാനാവൂ. മരണം സാധാരണമാക്കിയ പട്ടിണിക്കൊപ്പം പ്രകൃതികൂടി കലിതുള്ളിയാലുള്ള സ്ഥിതി ഭയാനകമാണ്. 2008 ൽ നാലുവട്ടം വീശിയടിച്ച ചുഴലി ഹെയ്തിയെ കീഴ്മേൽ മറിച്ചിടുകയായിരുന്നു. പതിനായിരക്കണിക്കിന് വീടുകളെ 800 മനുഷ്യരെയും കടപുഴക്കിയെറിഞ്ഞ കാറ്റ് എട്ടുലക്ഷം ജനങ്ങളെ പിടികൂടി. വിളകളുടെ 70 ശതമാനത്തിലധികം വേരറ്റ് ഒഴുകി. 100 കോടി ഡോളർ കുതിർന്നുപോവുകയും ചെയ്തു. 22702 വീടുകൾ നിലംപൊത്തിയപ്പോൾ നാശം സംഭവിച്ചവയാകട്ടെ 84625 ഉം. ഹെയ്തിയുടെ ഓർമ്മയിലെ ഏറ്റവും കനത്ത ആഘാതം. വനനശീകരണത്തെ തുടർന്ന് രാജ്യത്തെ 98 ശതമാനം കാടുകൾ വെട്ടിവെളുപ്പിച്ചതാണ് മുറിവ് ആഴത്തിലുള്ളതാക്കിയതും. നഷ്ടപ്പെട്ട ആത്മാക്കളുടെ ദ്വീപ്, മരണത്തിന്റെയും നാശത്തിന്റെ പുരാവൃത്തം, കൊടും നൈരാശ്യത്തിലാണ്ട ജനത, ദയാരഹിതമായ വർഷം, കൊടുങ്കാറ്റിലെ പ്രാണവേദന – തുടങ്ങിയ എത്രയോ സഹതാപ വാക്കുകളോടെയാണ് 2008 ൽ ഹെയ്തിയെ വിവരിച്ചത്. അവയൊന്നും അനുഭവിച്ചതിന്റെ വിശദീകരണമായില്ല. എന്നാൽ പാട്രിക് ഫാരെൽ പിടിച്ച ഫോട്ടോകൾ ഹെയ്തിയുടെ അന്നത്തെ നിരാലംബാവസ്ഥ ബോദ്ധ്യമാക്കുന്നതായിരുന്നു. *മിയാമി ഹെറാൾഡ്* പത്രത്തിനു വേണ്ടി 19 സ്നാപ്പുകളാണ് കോപ്പിയിട്ടത്. ലേഖകൻ ജാക്വലിൻ ചാർസുമൊത്തായിരുന്നു സന്ദർശനം. അവർ ഇരുവരും മാത്രമായിരുന്നത്രെ

പാട്രിക്ക് ഫാരെൽ

പുലിസ്റ്റർ സമ്മാനം നേടിയ ഫോട്ടോ

അവിടെയെത്തിയ അന്താരാഷ്ട്ര പത്രപ്രവർത്തകർ. ഫാരെൽ ആ വർഷം നാലുതവണയാണ് ഹെയ്തിയിലെത്തിയത്. ഫോട്ടോകൾ കണ്ടപ്പോൾ ഏറ്റവും ആഹ്ലാദിച്ചത് പ്രൊഫസർ മൈക്കേൽ ചാർലിബാക്. അദ്ദേഹത്തിന്റെ കമ്യൂണിക്കേഷൻ സ്കൂളിലെ മികച്ച വിദ്യാർത്ഥികളിലൊരാളായിരുന്നു ഫാരെൽ. ക്യാമറ അവന്റെ വികാരങ്ങൾ രേഖപ്പെടുത്തിവച്ചു. നിങ്ങളുടെ ഉള്ളിലെന്താണോ അതേ പുറത്തുവരൂ തുടങ്ങിയ അദ്ദേഹത്തിന്റെ വിലയിരുത്തലുകൾ ശിഷ്യനുള്ള അംഗീകാരം.

ഫോട്ടോഗ്രാഫിയോടുള്ള ഫാരെലിന്റെ അടുപ്പം തുടങ്ങുന്നത് പന്ത്രണ്ടാം വയസ്സിൽ. അതിന് നിമിത്തമായതാകട്ടെ ഒരു അപകടവും. കളിത്തോക്കിൽനിന്ന് അബദ്ധത്തിൽ തെറിച്ച ഉണ്ട അവന്റെ വലതു കണ്ണിൽ പരിക്കേല്പിക്കുകയുണ്ടായി. അതേ തുടർന്ന് ഒരാഴ്ചയിലധികം രണ്ടുകണ്ണും കെട്ടിവെച്ചു. അന്ധ സമാനമായ അവസ്ഥയും കെട്ടഴിച്ചപ്പോഴുണ്ടായ പ്രകാശത്തിന്റെ തിരിച്ചുവരവും നിഴലുമെല്ലാം അവനെ ആലോചനയിലാഴ്ത്തി. വീട്ടിലെ കുളിമുറി ഡാർക്ക് റൂമാക്കി ചില ഫ്രെയിമുകൾ നെയ്തു. കമ്യൂണിക്കേഷൻ കോഴ്സിന്റെ അവസാന സെമസ്റ്ററിൽ പ്രൊഫസർ ചാർലി ബാക് നാഷണൽ പ്രസ് ഫോട്ടോഗ്രാഫേഴ്സ് അസോസിയേഷനിലെ രചനകൾ വിദ്യാർത്ഥികൾക്ക് പരിചയപ്പെടുത്തിക്കൊടുത്തു. ഫാരലിന്റെ ആഗ്രഹങ്ങൾക്ക് അതൊരു കൃത്യതയുണ്ടാക്കി. ഫോട്ടോകൾ ഉപയോഗിച്ച് കഥകൾ പറയുന്ന തൊഴിലിലുറപ്പിച്ചു ആ വളർച്ച. തന്റെ ഹൃദയംപോലെ എപ്പോഴും വിശാലമായി തുറന്നുവെച്ച

ലെൻസ് പല അത്ഭുതങ്ങളും പണിതുയർത്തി. ദുരിതത്തിന്റെയും ദുരന്തത്തിന്റെയും നേർരേഖകൾ പിറവിയെടുത്തത് അങ്ങനെ.

തുടർച്ചയായ കൊടുങ്കാറ്റിലും വെള്ളപ്പൊക്കത്തിലും സർവ്വവും ശിഥിലമായ കുടുംബത്തിൽ അവശേഷിച്ച ഏഴുവയസ്സുകാരൻ സോൻസൻ പിയറെ വെള്ളം വിഴുങ്ങിയ വീട്ടിനുപുറത്ത് പ്രാർത്ഥനയിലെന്നവണ്ണം ചളിയിൽ മുട്ടുകുത്തി നില്ക്കുന്നത്. അഭയകേന്ദ്രമായ പാണ്ടികശാലയിൽ സുഹൃത്തിന്റെ മുടി പിന്നിയൊതുക്കുന്ന സിൽഫിക സുൽമെ. അവശ്യ ഭക്ഷണംപോലും കിട്ടാതെ വറ്റിത്തീർന്ന നാലുവയസ്സുള്ള വെനേഷ്യ ലോണിസ്. (മരിച്ചെന്നുകരുതി അമ്മ അവളുടെ ശവദാഹത്തിനൊരുങ്ങിയതായിരുന്നു. ഒരു ക്ലിനിക്കിലെത്തിച്ചതിനാൽ ശ്വാസം തിരിച്ചുകിട്ടി.) ഭയചകിതരായ ഗ്രാമീണരുടെ കാൽച്ചുവട്ടിൽ 11 കുട്ടികളുടെ വിറങ്ങലിച്ച മൃതദേഹങ്ങൾ. ആ ദൃശ്യംകണ്ട് വിങ്ങിപ്പൊട്ടുന്ന സ്ത്രീ. ശ്മശാനത്തിലേക്കുള്ള മിനി ട്രക്കുകൾ. ചെളിവെള്ളത്തിൽ വസ്ത്രങ്ങളും പാത്രങ്ങളും കഴുകുന്ന വൃദ്ധ. വെള്ളം വിഴുങ്ങിയ ഗൊനായ്വ്സിലെ പ്രധാനതെരുവിലിറങ്ങിയ ജനങ്ങൾ – എന്നിങ്ങനെ നാശത്തിന്റെയും വിയോഗങ്ങളുടെയും കണ്ണീരിൽ നനഞ്ഞ കുറേ ദൃശ്യങ്ങൾ. ഉടുവസ്ത്രംപോലും കാറ്റ് പിടിച്ചുവലിച്ചു കൊണ്ടുപോയ നഗ്നബാലൻ ഉന്തുവണ്ടി തള്ളുന്ന ഫോട്ടോ അമ്പരപ്പും കാഴ്ചാസ്തംഭനവുമുണ്ടാക്കിയതാണ്. വണ്ടിയും കുട്ടിയും ഒരേ പ്രകാശത്തിന്റെ നടുവിലായിരുന്നു. അവയാകട്ടെ പശ്ചാത്തലവുമായി നന്നായി ഇണങ്ങിച്ചേരുന്നുമുണ്ട്.

പ്രതീക്ഷ അപ്രത്യക്ഷമായ, നിറം മങ്ങിയ, സുരക്ഷിതത്വത്തിന്റെ അവസാന കാലവും നഷ്ടമായ വികാരത്തിന്റെ തീക്ഷ്ണതയാണ് ആ ഫോട്ടോയെ ജീവനുള്ളതാക്കിത്തീർത്തത്. സൂക്ഷ്മമായ വിശകലനം കൂടുതൽ അർത്ഥസാദ്ധ്യതകൾ തുറക്കുകയും ചെയ്യുന്ന അത് 2009 ലെ പുലിറ്റ്സർ പുരസ്കാരം നേടിക്കൊടുത്തു ഫാരെലിന്. അനുഭവിക്കാത്തവർ കെട്ടുകഥമാത്രമായി ഫലിതരൂപണേ കാണുന്നതിന്റെ വിഷാദാത്മകമായ മറുപുറമാണ് അദ്ദേഹം വിളിച്ചുപറഞ്ഞത്. പുലിസ്റ്റർ വിധികർത്താക്കളുടെ പ്രതികരണവും എടുത്തുപറയേണ്ടതാണ്: “നൈരാശ്യത്തിന്റെ പ്രകോപനമുണ്ടാക്കുന്നതും കുറ്റമറ്റതുമായ പ്രതിബിംബം. ഞങ്ങളൊരു ദിവാസ്വപ്നത്തിന് സാക്ഷിയാവുകയായിരുന്നു. തലയിൽ നിന്ന് അതിനെ ഇപ്പോഴും കൈവിടാനാവാത്തപോലെ” എന്നായിരുന്നു ചുരുക്കം.

ഭോപാലിന്റെ കണ്ണ്

ബുദ്ധിമാന്മാർക്ക് ജീവിതം കിനാവാണ്. വിഡ്ഢികൾക്ക് കളിയും ധനാഢ്യർക്ക് ഫലിതവും ദരിദ്രർക്കാവട്ടെ ദുരന്തവുമാണെന്ന് പറഞ്ഞത് ഉക്രൈൻ എഴുത്തുകാരൻ ഷൊലോ അലയ്ചെം. ജീവനുള്ള മനുഷ്യനിലെ ചെവികളേക്കാൾ വിശ്വസിക്കാൻ കൊള്ളുക കണ്ണുകളാണെന്ന് ജർമ്മൻ പഴമൊഴി. എന്നാൽ ചത്ത കണ്ണ് യാഥാർത്ഥ്യത്തിന്റെ നിലവിളിയാവുക അപൂർവ്വമാണ്. ഭോപാൽ കൂട്ടക്കൊലയുടെ കറുത്ത മുഖം അനാവരണം ചെയ്ത രഘുറായിയുടെ ഫോട്ടോ കോർപ്പറേറ്റ് ലാഭേച്ഛയുടെ അന്ധത ഓർമ്മിപ്പിച്ചുകൊണ്ടേയിറിക്കും. മണ്ണിൽ പാതി കുഴിച്ചിട്ട കൊച്ചുകുട്ടിയുടെ നിഷ്കളങ്കത തുളുമ്പുന്ന ചിത്രം. ഏതുതരം കൂട്ടക്കൊലയായാലും അതിൽ പരസ്പരം അറിയുന്നവരുടെ ലാഭത്തിനുവേണ്ടി കണ്ടുപരിചയംപോലുമില്ലാത്ത ജനങ്ങളാണ് മരണത്തിലേക്ക് വലിച്ചെറിയപ്പെടുക. നേട്ടമുണ്ടാക്കുന്നവർ അങ്ങോട്ടുമിങ്ങോട്ടും മണ്ണുവാരിയിടുകപോലുമില്ലെന്ന ഫ്രഞ്ച് തത്ത്വചിന്തകനും കവിയുമായ പോൾ വലേറിയുടെ നിരീക്ഷണം എത്രയോ അർത്ഥവത്താണ്. അതിന്റെ സന്ദേശത്തിലേക്കാണ് ആ കുഞ്ഞിന്റെ അടഞ്ഞ കണ്ണുകൾ നോക്കുന്നതെന്ന് തോന്നും. സൗന്ദര്യമുള്ളവയ്ക്ക് നിങ്ങളോട് ഒന്നും പറയാനുണ്ടാവില്ല. കാഴ്ചയിലെ ആദ്യവിഭ്രമം ഒടുങ്ങിയാൽ ഓർമ്മയിൽപോലും അവയ്ക്ക് ഇടം നേടാനാവില്ലെന്നതാണ് സത്യം. അതിനാലാണ് റായ് തന്റെ മുന്നിലെത്തുന്ന വൈരൂപ്യങ്ങൾ വിഷയങ്ങളാക്കുന്നത്.

ബ്രിട്ടീഷ് ഇന്ത്യയുടെ ഭാഗമായിരുന്ന പഞ്ചാബിലെ ജങ് ഗ്രാമത്തിലായിരുന്നു രഘുറായിയുടെ ജനനം. 1942 ൽ. മകനെ എൻജിനീയറാക്കാനായിരുന്നു അച്ഛന്റെ മോഹം സംഗീതത്തോടായിരുന്നു റായിയുടെ താല്പര്യം. ഇരുപത്തിമൂന്നാം വയസ്സിൽ അത് രണ്ടുമല്ലാത്ത മേഖലയിലെത്തി. ദില്ലിയിൽ *സ്റ്റേറ്റ്സ്മാൻ* പത്രത്തിലെ ചീഫ് ഫോട്ടോഗ്രാഫറായി

ഭോപാൽ കൂട്ടക്കൊലയുടെ ഓർമ്മപ്പെടുത്തൽ

ചുമതലയേറ്റു 1965 ൽ. ഒരു ദശാബ്ദത്തിനുശേഷം *സൺഡേ* വാരികയിലേക്ക് സർവ്വകലാശാലാ വിദ്യാർത്ഥിയായിരിക്കെ തന്നെ റായ് അറിയപ്പെടുന്ന ഫോട്ടോഗ്രാഫറായിരുന്നു. ആദ്യ ചിത്രം *ലണ്ടൻ ടൈംസ്* വൻ വലുപ്പത്തിൽ പ്രസിദ്ധീകരിച്ചത് ശ്രദ്ധേയനാക്കി. 1971 ൽ പാരീസിലെ പ്രദർശനത്തിലേക്ക് അവസരം ലഭിച്ചത് വഴിത്തിരിവായി മാറി. ലോക ഫോട്ടോ ജേണലിസത്തിന്റെ പിതാവ് ഹെൻറി കാർടിയർ ബ്രസ്സന്റെ കണ്ണിൽപ്പെട്ടതായിരുന്നു വഴിമാറ്റത്തിന്റെ തുടക്കം. അദ്ദേഹം മാഗ്നം ഓപ്സ് ഫോട്ടോ ക്ലബ്ബിലേക്ക് ശുപാർശചെയ്തു. *ഇന്ത്യാടുഡേ*യിൽ ഫോട്ടോഗ്രാഫി ഡയറക്ടറായിരിക്കെ (1982–92)യാണ് റായിയുടെ ക്യാമറ അപ്രിയ സത്യങ്ങൾ തേടിപ്പോകുന്നത്. ആ പതിറ്റാണ്ട് എത്രയോ മുഹൂർത്തങ്ങൾ ഒപ്പിയെടുത്തു. ഉത്തരേന്ത്യൻ ഗ്രാമങ്ങളിൽ കരിഞ്ഞുണങ്ങിയ തൊഴിലാളികളും ബാലവേലക്കാരായ മക്കളും. വാരണാസിയിലെ വളവില്പനക്കാരികൾ. വന്ദ്യവയോധികരായ തീർത്ഥാടകർ. അഭയാർത്ഥി ക്യാമ്പുകളിൽ ദ്രവിച്ചു തീരുന്ന മനുഷ്യക്കോലങ്ങൾ – തുടങ്ങിയവ. ബംഗ്ലാദേശ് യുദ്ധം നേരിട്ടു കണ്ട ഒരേയൊരു ഫോട്ടോഗ്രാഫറായിരുന്നു റായ്. 'സ്വാതന്ത്ര്യത്തിന്റെ വില' എന്ന തുടർശ്രമങ്ങളിൽ പാലത്തിനരികെ കൂട്ടിയിട്ട കൂറ്റൻ പൈപ്പുകൾക്കുള്ളിൽ ഉറങ്ങുന്ന അഭയാർത്ഥികൾ. ക്യാമ്പിലെ അസൗകര്യങ്ങൾക്കിടയിൽ കഴിഞ്ഞ പൂർണ്ണ ഗർഭിണി. കോരിച്ചൊരിയുന്ന മഴയിൽനിന്ന് രക്ഷനേടാൻ നാലുപാടും സൗകര്യം തേടുന്ന പടുവൃദ്ധൻ. സ്വന്തം കുഞ്ഞിന്റെ ശവം മടിയിൽക്കിടത്തി തേങ്ങുന്ന അമ്മ– അങ്ങനെ അശരണരും ഭൂമിയില്ലാത്തവരുമായ അഭയാർത്ഥികൾ. മേൽവിലാസമില്ലാത്ത ഇത്തരം ജനവിഭാഗങ്ങളാണ് റായ് പുറത്തിറക്കിയ 18 കൃതികളിൽ മിക്കവയുടെയും ഹൃദയം. ദില്ലി, കൊൽക്കത്ത, തിബറ്റ്, സിഖുകാർ, താജ്മഹൽ ഖജുരാഹോ പുസതകങ്ങളെല്ലാം അതിന്റെ സാക്ഷ്യവും. *ടൈം, ന്യൂസ്‌വീക്ക്, ലൈഫ്, ജിയോ, ന്യൂയോർക്ക് ടൈംസ്, ദി ഇൻഡിപ്പെൻഡന്റ് ന്യൂയോർക്കർ* തുടങ്ങിയ അന്താരാഷ്ട്ര മാഗസിനുകളിൽ റായിയുടെ ഫോട്ടോ പ്രബന്ധങ്ങൾക്ക് വൻതോതിൽ വായനക്കാരെ ആകർഷിക്കാനായി. വേൾഡ്പ്രസ് ഫോട്ടോ ജൂറിയായി പ്രവർത്തിച്ച അദ്ദേഹം ഏഴുവർഷം ആ സ്ഥാനത്ത് തുടർന്നു. 1972 ൽ രാജ്യം പത്മശ്രീ പുരസ്കാരം നല്കി ആദരിച്ചു. 1992 ൽ അമേരിക്കയിൽനിന്ന് ആ വർഷത്തെ മികച്ച ഫോട്ടോഗ്രാഫറായും അംഗീകാരം തേടിയെത്തി.

പോർട്രെയിറ്റുകൾക്കും റായിയുടെ ശേഖരത്തിൽ പ്രധാന സ്ഥാനമുണ്ടായിരുന്നു. മദർ തെരേസ, ഉസ്താസ് ബിസ്മില്ലാഖാൻ, ഫെയ്സ് അഹമ്മദ് ഫെയ്സ്, ദലൈലാമ, സത്യജിത് റായ്, ഇന്ദിരാഗാന്ധി – തുടങ്ങിയ മുഖഫോട്ടോകൾ ജീവൻവെച്ചവ തന്നെ. മദറിന്റെ ചിത്രം ശില്പവേലപോലെയായിരുന്നു. റായിയുടെ അഭയാർത്ഥി ദൃശ്യങ്ങൾ ഡൊറോത്തിയ ലാങ്ങിന്റെ യൂറോപ്യൻ ചിത്രീകരണത്തിന് മുകളിലാണെന്ന അഭിപ്രായം പ്രബലമാണ്. ഇരുണ്ട നിഴലിന്റെ പശ്ചാത്തലം ദൈന്യതയുടെ കനം ആവോളം അനുഭവിപ്പിക്കുന്നു. യുവത്വത്തിന്റെ പ്രസരിപ്പിൽ സഹോദരനും ഫോട്ടോഗ്രാഫറുമായ പോളിന്റെ ക്യാമറ പിടിച്ചു

രഘുറായ്

വാങ്ങി കഴുതയെ ഒളിഞ്ഞിരുന്ന് പകർത്തിയ സാഹസികത വളർന്നതേയുള്ളൂ.

അതാണ് ഭോപാലിൽനിന്ന് ആരും കാണാത്ത രംഗവുമായി ലോകത്തിന്റെ തുറസ്സിലേക്ക് നിവരാൻ അവസരമൊരുക്കിയത്. 1984 ലെ ഒരു അർദ്ധരാത്രി. യൂണിയൻ കാർബൈഡിന്റെ വിഷവാതകം ശ്വസിച്ച് ആയിരക്കണക്കിനാളുകളാണ് മരിച്ചുവീണത്. പതിനായിരങ്ങൾക്ക് ഭയാനകമായ അംഗവൈകല്യങ്ങളും. ജനിക്കാനിരിക്കുന്ന കുട്ടികൾക്ക് ജനിതക വൈകല്യങ്ങൾ. സുഖനിദ്രയിലാണ്ടവർ മരണത്തിലേക്കായിരുന്നു ഉണർന്നത്. ബഹുരാഷ്ട്ര കുത്തകകളുടെ കഴുകൻ രൂപത്തിനുനേരെ എക്കാലത്തും ചോദ്യമുയർത്തുന്ന കൊച്ചുകണ്ണുകൾ തറപ്പിച്ച റായ് ആ സന്ദർഭം ഇന്നലെയെന്നപോലെയാണ് കൂടെകരുതുന്നത്. കുഞ്ഞിന്റെ ജഡത്തിൽ കണ്ണുകളിലേക്കായിരുന്നത്രെ ആദ്യനോട്ടം. അതിനെ തീപ്പിടിപ്പിച്ചത്ര ദാരുണമായിരുന്നു ചാരക്കൂമ്പാരത്തിൽ പാതിമാത്രം മറവുചെയ്ത ശവം. മനസ്സിൽ മാത്രമല്ല, ചരിത്രത്തിന്റെ തന്നെ ലോഹച്ചുവരിൽ അത് കൊത്തുപണിപോലെ നിലനില്ക്കുന്നു.

കോർപ്പറേറ്റ് കുറ്റകൃത്യം തുറന്നുകാട്ടാനുള്ള മികച്ച രാഷ്ട്രീയ ഇടപെടൽ കൂടിയായി മാറിയ അത് യൂറോപ്പിലും അമേരിക്കയിലും തെക്കുകിഴക്കൻ ഏഷ്യയിലും പ്രദർശനങ്ങളിൽ പരിഗണിക്കപ്പെട്ടു. കൂട്ടക്കൊലയുടെ ഇരുപതാം വാർഷികവേളയിൽ ഇന്ത്യൻ തെരുവുകളിലും നിറഞ്ഞിരുന്നു. നീതി നിഷേധത്തിന്റെ മൂന്ന് പതിറ്റാണ്ടിലേക്കെത്തുമ്പോൾ പ്രസക്തി ഏറുകയുമാണ്.

2004 ൽ റായ് ഒരിക്കൽക്കൂടി ഭോപാലിലെത്തി. ഗ്രീൻപീസിനുവേണ്ടി കൂട്ടക്കൊലയുടെ ബാക്കിപത്രം ചിത്രീകരിക്കുകയായിരുന്നു ലക്ഷ്യം. അപ്പോഴും മരിച്ചു ജീവിച്ച നൂറുകണക്കിനാളുകളെ കണ്ട് സംസാരിച്ചു. ആശുപത്രികളിലും കുടിലുകളിലും അനാഥാലയങ്ങളിലും തൊഴിലിടങ്ങളിലും നടന്നുപോയി രണ്ടാംഘട്ടം സൂക്ഷ്മമായി ക്യാമറയിലാക്കി. മുറിവുണങ്ങാത്ത ശ്വാസം തടസ്സപ്പെട്ട, സ്വപ്നങ്ങൾ മരവിച്ച പ്രേതഭൂമിയിലൂടെയുള്ള അന്നത്തെ ദൗത്യവും ഞെട്ടിപ്പിക്കുന്ന ഫോട്ടോകൾക്ക് പിറവി നല്കി. അവ ഗ്രീൻപീസിന്റെ ആഭിമുഖ്യത്തിൽ വൻകരകളെല്ലാം തൊട്ടു. *ഭോപാൽ എക്സ്പോഷർ: പോർട്രെയിറ്റ് ഓഫ് എ കോർപ്പറേറ്റ് ക്രൈം* എന്ന ശീർഷകത്തിലിറങ്ങിയ രഘുറായിയുടെ ഫോട്ടോ പ്രബന്ധത്തിൽ അവയിൽനിന്നുള്ള തെരഞ്ഞെടുത്ത രചനകളും ഉൾപ്പെടുത്തിയിട്ടുണ്ട്.

കാഴ്ചയിലെ കറുപ്പും വെളുപ്പും

പ്രകാശംകൊണ്ടുള്ള ചിത്രമെഴുത്താണ് ഫോട്ടോഗ്രാഫിയെന്ന് കാവ്യാത്മകമായി നിർവ്വചിച്ച് ആ പേരു നല്കിയത് സർ. ജോൺ ഹെർഷെൽ. 1839ലായിരുന്നു ഗ്രീക്ക് പ്രയോഗങ്ങളിൽനിന്നുള്ള വാക്കുകൾ എടുത്തുള്ള ആ നാമകരണം. ഫോട്ടോഫിലിം ആദ്യം പരിചയപ്പെടുത്തിയതാകട്ടെ ജോർജ് ഈസറ്റ്മാനും. അദ്ദേഹത്തിന്റെ ആദ്യ കൊഡാക് ക്യാമറ ലോകം കണ്ടത് 1888 ൽ. കളർ ഫോട്ടോഗ്രാഫിക്കായുള്ള പരിശ്രമങ്ങൾ 1840 കളിൽ പിച്ചവച്ചിരുന്നു. മൂന്നുവർണ്ണ ചിത്രങ്ങൾക്കായിരുന്നു പരീക്ഷണങ്ങൾ. എന്നാൽ 1930 കളിലാണ് ആധുനിക മുന്നേറ്റങ്ങളുണ്ടായത്. അതിന്റെ സാദ്ധ്യതകൾ ഏറെ തിരിച്ചറിഞ്ഞ വിശിഷ്ട ഫോട്ടോഗ്രാഫറാണ് ഫെറെൻക് ബെർകോ. ലോകത്തെ പുതിയ വഴിയിലൂടെ ഒരുക്കിവെക്കാനും തന്റെ ക്യാമറ പകർത്തിയവയുമായുള്ള പരീക്ഷണത്തിനും കളർ ഫോട്ടോഗ്രാഫി ഏറെ ഉപയോഗപ്പെട്ടു എന്നാണ് അദ്ദേഹം പറഞ്ഞത്. *ദി ആർട് ഓഫ് കളർ ഫോട്ടോഗ്രാഫി* പുസ്തകമെഴുതിയ ജോൺ ഹെഡ്ജെകോയും ബെർകോയെപ്പോലെ വാചാലനായിരുന്നു. ഡിജിറ്റൽ സംവിധാനത്തിലേക്ക് ഓടിക്കയറിയ കാലത്തും ബ്ലാക്ക് ആൻഡ് വൈറ്റ് ചിത്രങ്ങളിലൂടെ ശ്രദ്ധേയനായ പ്രതിഭയാണ് ശന്തനു ചക്രവർത്തി. ജീവിതത്തിന്റെ കറുപ്പും വെളുപ്പും തേടിയുള്ള അദ്ദേഹത്തിന്റെ യാത്രകൾ ഭൂഖണ്ഡങ്ങളിൽനിന്ന് ഭൂഖണ്ഡങ്ങളിലേക്കായിരുന്നു. വീണ്ടും വീണ്ടും സംസാരിച്ചുകൊണ്ടിരിക്കുന്ന ഗൗരവാവഹങ്ങളായ നിമിഷങ്ങൾ പിടിച്ചെടുക്കുന്നതിലെ ശാസ്ത്രവും കലയുമാണ് ശന്തനു ഊന്നിയത്. 1976 ൽ കൊൽക്കൊത്തയിലായിരുന്നു ജനനം. അച്ഛൻ ജിയോളജിസ്റ്റായതിനാൽ കുടുംബം ഇന്ത്യയുടെ വിവിധ ഭാഗങ്ങളിലേക്ക് പറിച്ചുനട്ടുകൊണ്ടിരുന്നു. ഗുജറാത്തിലെ വരണ്ട സമതലങ്ങൾ, ത്രിപുര കുന്നു

വെള്ളക്കടലാസിലെ അക്ഷരകൗതുകം തിരയുന്ന കുട്ടികൾ

കളിലെ മഴക്കാടുകൾ, ഹിമാലയൻ താഴ്വാരത്തിലെ ഡെറാഡൂൺ, മുംബൈ വൻ നഗരം. ഇന്നത്തെക്കാൾ പ്രാക്തനവും കളങ്കരഹിതവുമായ അവിടുത്തെ പരിസ്ഥിതി. വീട്ടിലെ അക്കാദമിക് പാശ്ചാത്തലം കുട്ടിക്കാലം മുതലേ ശന്ദനുവിന്റെ പഠനങ്ങൾക്ക് ദിശാബോധം നല്കി. പ്രകൃതി ചരിത്രം അങ്ങനെ ഇഷ്ടവിഷയമായി. നിരീക്ഷണവും വിശകലനവും വഴി രൂപപ്പെട്ട പ്രകൃതിബന്ധം ചിത്രകലയിലേക്കും കൈപിടിച്ചു.

ദ്രവീകരിച്ച അനുഭവങ്ങളിലൂടെ ജീവിതത്തിന്റെ ഭിന്നഭാവങ്ങളും രൂപങ്ങളും കണ്ടറിയുകയായിരുന്നു യൗവനാരംഭത്തിൽ. മുംബൈ എൻജിനീയറിങ് കോളേജ് വിദ്യാർത്ഥിയായിരിക്കെ ഇന്ത്യയെക്കുറിച്ചുള്ള പര്യവേക്ഷണങ്ങളിലും മുഴുകി. ഡെറാഡൂൺ നാളുകളിൽ തളിരിട്ട ഫോട്ടോഗ്രാഫി പ്രണയം മുംബൈയിലും തുടർന്നു. എൻജിനീയറിങ് ബിരുദം നേടിയശേഷം ഒരു ദശാബ്ദം അമേരിക്കയിൽ. ന്യൂറോ സയൻസ് പഠനത്തിനായിരുന്നു അത്. അക്കാലത്ത് ചിത്രകല, ഫോട്ടോഗ്രാഫി, അച്ചടി മേഖലകളിലെല്ലാം തിളങ്ങി. ജിം മെഗാർഗിയുടെ അച്ചടി ശില്പശാലകളിലും പങ്കെടുക്കുമായിരുന്ന ശന്ദനുവിന് മൻഹാട്ടനിൽ അദ്ദേഹം നടത്തിയ ഫൈൻ ആർട് ഫോട്ടോഗ്രാഫി ലാബും പിന്തുണയായി. ആനി ലെയ്ബോവിറ്റ്സ്, സ്റ്റീവ് ക്ലെയിൻ, ഗോർഡൊാൻ പാർക്സ്, അന്റോണിൽ ക്രാറ്റോച്വിൽ തുടങ്ങിയ വിശ്രുത പ്രതിഭകളുടെയും കേന്ദ്രമായിരുന്നു ആ ലാബ്. മെഗാർഗി യൂറോപ്പിലും അമേരിക്കയിലും ഒട്ടേറെ ഫോട്ടോ പരിശീലനക്കളരിയും നടത്തുകയുണ്ടായി.

1966 ൽ അമേരിക്കൻ സൈനിക ഫോട്ടോഗ്രാഫറായിട്ടായിരുന്നു മെഗാർഗിയുടെ തുടക്കം. സാൻഫ്രാൻസിസ്കോ ആർട് ഇൻസ്റ്റിറ്റ്യൂട്ടിലെ

ശന്ദനു ചക്രവർത്തി

വിദഗ്ദ്ധ പരിശീലനം സാദ്ധ്യതകൾ വിപുലമാക്കി. രണ്ടുവർഷം ആശാരിയായും ഫ്രീലാൻസ് ഫോട്ടോഗ്രാഫറായും പ്രവർത്തിച്ചു. *മെയ്നെ ടൈംസ്, വുഡൻ ബോട്ട്* തുടങ്ങിയ പ്രസിദ്ധീകരണങ്ങൾക്കായിരുന്നു ചിത്രങ്ങൾ നല്കിയിരുന്നത്. ജീവിതത്തിന്റെ തെരുവിലേക്ക് നോക്കിയിരുന്ന മെഗാർഗിയുടെ സ്വാധീനം ശന്ദനുവിലും പ്രകടമായി. അവ പ്രതീകവല്ക്കരിക്കാൻ ഉപയോഗിച്ചതാകട്ടെ ബ്ലാക്ക് ആൻഡ് വൈറ്റ് ഫോട്ടോകളും. ബാല്യത്തിൽ വീട്ടുകാർ വാങ്ങിക്കൊടുത്ത വിജ്ഞാനകോശത്തെക്കുറിച്ച് ശന്ദനു എപ്പോഴും പറയുമായിരുന്നു. വിവിധ പേജുകൾ തിരിച്ചും മറിച്ചും കളിക്കുകയും ചെയ്തു. ചിലത് വായിച്ചു. അതിൽ കലയും ശാസ്ത്രവും ഒന്നിക്കുന്നുവെങ്കിൽ അവ ഒരേ ലോകത്തിന്റെ ഭാഗമാണ് എന്ന ഓർമ്മ കൃത്യമായ സൂചനകളാണ് നല്കുന്നത്. നഗ്നമായ കണ്ണും മൃദുലമായ മനസ്സും ഉപകരണമാക്കിയായിരുന്നു ഫോട്ടോ പകർത്തലുകൾ.

കൊൽക്കത്ത, ലഡാക് ചിത്രങ്ങളിൽ സൂക്ഷ്മ നിരീക്ഷണത്തിന്റെ തെളിച്ചമുണ്ട്. ബംഗാൾ തലസ്ഥാനത്ത് കുറച്ചുവർഷം താമസിച്ചത് അതോടുള്ള ആരാധനയായി വളർന്നു. ഭ്രാന്തുപിടിപ്പിക്കുകയും മനംകവരുകയും ചെയ്യുന്ന കൊൽക്കത്തയെന്നാണ് ശന്ദനു വിശേഷിപ്പിച്ചത്. അതിൽ തുളുമ്പിനില്ക്കുന്നതാകട്ടെ താല്പര്യമുണർത്തുന്ന ജീവിതവും. നമുക്ക് മുമ്പും അവിടെ ജീവിതമുണ്ടായിരുന്നു. അതുകണ്ട് നമ്മളാരും ജീവിക്കാതിരിക്കുന്നില്ലല്ലോ? അതിനാലാണ് എന്നെ ചലിപ്പിച്ച ആ നഗരം ഇഷ്ടവിഷയമായത്. അവിടുത്തെ പൂജയും സാധാരണ മനുഷ്യരുടെ നിത്യചലനങ്ങൾപോലും ക്യാമറയിലെത്തിച്ചത്. അമേരിക്കയിലായാലും യൂറോപ്പിലായാലും ലോകത്തിന്റെ വിവിധ സംസ്കാരങ്ങളെ വലുതായി ശ്രദ്ധിക്കുന്നുണ്ട് അദ്ദേഹം. ഇന്ത്യയെക്കുറിച്ച് വാർപ്പ് മാതൃകയിലുള്ള സങ്കല്പങ്ങളാണ് ഒട്ടുമിക്ക ഫോട്ടോകളും ഉണ്ടാക്കിത്തീർത്തത്. വിരുദ്ധാശയങ്ങളുടെ സഹവാസമാണ് ഇന്ത്യയുടെ സവിശേഷതയെന്ന് വിശ്വസിക്കുന്ന ശന്ദനുവിന്റെ പ്രധാന പരമ്പര ബാലവേലയെക്കുറിച്ചുള്ളതാണ്. ആ ബ്ലാക്ക് ആൻഡ് വൈറ്റ് ചിത്രങ്ങൾ ലോകമാകെ പ്രശംസിക്കപ്പെട്ടവയും. പുലിറ്റ്സർ പുരസ്കാര ജേതാവ് ഗ്രെഗ് മറിനോവിച്ച്പോലും സ്തബ്ധനായിട്ടുണ്ട് അവയ്ക്കുമുന്നിൽ. ദക്ഷിണാഫ്രിക്കൻ ചലച്ചിത്ര നിർമ്മാതാവും ഫോട്ടോഗ്രാഫറുമായ അദ്ദേഹം യുദ്ധ പശ്ചാത്തലത്തിൽ ദരിദ്രരെ കണ്ടെത്തുകയായിരുന്നു. ജനാധിപത്യത്തിലേക്കു

ള്ള ദക്ഷിണാഫ്രിക്കയുടെ പരിണാമങ്ങളും ശ്രദ്ധിച്ചു. അസോസിയേറ്റ് പ്രസിന്റെ ഇസ്രയേൽ ഫോട്ടോഗ്രാഫറായിരുന്ന ഗ്രെഗിന് 1991 ലാണ് പുലിറ്റ്സർ ലഭിച്ചത്. ഇൻകാത ചാരനെന്ന് സംശയിച്ച ഒരാളെ ആഫ്രിക്കൻ നാഷണൽ കോൺഗ്രസ് പ്രവർത്തകർ തെരുവിൽ മൃഗീയമായി അടിച്ചുകൊല്ലുന്നതായിരുന്നു ആ ചിത്രം. ജിംമെഗാർഗിയെയും ഗ്രെഗ് മറിനോവിച്ചിനെയുംപോലെ മനുഷ്യജീവൻ പിടഞ്ഞ ഭ്രാന്തൻ തെരുവുകളിലായിരുന്നു ശന്ദനു ചക്രവർത്തിയുടെയും കാത്തിരിപ്പുകൾ. ലഡാക്ക് കാഴ്ചകൾ ബ്ലാക്ക് ആൻഡ് വൈറ്റുകളായിരുന്നിട്ടും വിദൂര വിശദാംശങ്ങൾ വരെ തെളിയുന്നുണ്ടെന്ന് കാണാം. ഭക്ഷണത്തിനായി പകച്ചുനില്ക്കുന്ന, ഏതോ അപകടത്തിന്റെ മണം പരന്നമട്ടിൽ പരസ്പരം നോക്കിയിരിക്കുന്ന, ദാഹിച്ചുവലഞ്ഞപ്പോൾ തകരപ്പാത്രത്തിൽ വെള്ളംകുടിക്കുന്ന, വെള്ളക്കടലാസിലെ അക്ഷരകൗതുകം തിരയുന്ന, ദുഃഖഭാരത്താൽ മുഖം തിരിച്ച കുട്ടികളുടെ ദൈന്യതയാണ് ലഡാക്ക് ആൽബം. അപരിചിതരെ കണ്ടപ്പോൾ അനിശ്ചിതത്വവും അവ്യക്തതയും മുഖത്തൊലിപ്പിച്ചു നിന്ന രണ്ട് കുരുന്നുകളുടെ ചിത്രഭാഷ്യം എടുത്തുപറയേണ്ടതാണ്. ന്യൂയോർക്ക് ശീർഷകത്തിൽ റെയിൽവേസ്റ്റേഷൻ, ബസ്സ്റ്റാൻഡ്, വിമാനത്താവളം തുടങ്ങിയ ഇടങ്ങളിൽനിന്ന് ഇത്തരം ദൃശ്യങ്ങൾ തന്നെയാണ് കണ്ടെടുത്തത്. 'ഇന്ത്യൻ മേളകൾ' സാധാരണക്കാരുടെ ജീവചരിത്രം പോലെ ആധികാരികമാണ്.

യു എസ് നെറ്റിയിൽ അലിയുടെ ഇടി

സൈന്യത്തിലായിരുന്നപ്പോൾ രണ്ടുപേരെ കൊന്നതിന് അവരെനിക്ക് മെഡൽ തന്നു. ഒരാളെ സ്നേഹിച്ചതിന് പിരിച്ചുവിടൽ സർട്ടിഫിക്കറ്റും – ലിയോനാഡ് മാൾട്ടോവിച്ചിന്റെ ശവകുടീരത്തിലെ വാക്കുകളാണിത്. സ്നേഹശൂന്യതയും ക്രൂരതയും വംശീയ ഭ്രാന്തും ലാഭക്കൊതിയും നശീകരണത്വരയും തീപ്പിടിപ്പിക്കുന്നതാണ് യുദ്ധങ്ങൾ. അവിടെ ആലോചനയ്ക്കും കരുണയ്ക്കും മാനുഷികതയ്ക്കുമൊന്നും സ്ഥാനമില്ല. സർവ്വ സന്നാഹങ്ങളുമായി വിയത്നാമിനെ ചവച്ചരയ്ക്കാൻ ശ്രമിച്ച അമേരിക്കയ്ക്കെതിരെ അഭൂതപൂർവ്വമായ ജനരോഷമാണ് ഭൂമുഖത്തുണ്ടായത്. യുദ്ധവിരുദ്ധ വികാരം തെരുവുകളിൽ ആളിക്കത്തുകയായിരുന്നു. അതിന്റെ ചൂട് ഹൃദയത്തിലേറ്റുവാങ്ങിയവരിൽ വിശ്രുത കലാകാരന്മാരും കായികതാരങ്ങളും അഭിനേതാക്കളും ഗായകരും മറ്റുമുണ്ടായിരുന്നു. ഇക്കൂട്ടത്തിൽ എടുത്തുപറയേണ്ട പേരാണ് ബോക്സിങ് ഇതിഹാസം മുഹമ്മദലിയുടേത്.

വിയത്നാം അധിനിവേശവേളയിൽ പട്ടാളത്തിൽചേർന്ന് ജനങ്ങളെ ഉന്മൂലനം ചെയ്യാൻ അമേരിക്കൻ ഭരണനേതൃത്വം ഭീഷണിയിൽ പൊതിഞ്ഞ നിർദ്ദേശം നല്കി. അദ്ദേഹം വഴങ്ങിയില്ലെന്നു മാത്രമല്ല, നിരപരാധികളെ അകാരണമായി കൂട്ടക്കശാപ്പു നടത്തുന്നതിലുള്ള ഉറച്ച അമർഷം പ്രഖ്യാപിക്കുകയും ചെയ്തു. പ്രക്ഷോഭകാരിയായ അലിയിലെ വ്യക്തിയെയും സാമൂഹ്യവിമർശകനെയും തെളിമയോടെ വരച്ചുവെച്ചതാകട്ടെ ജോൺ ഷിയററുടെ ഫോട്ടോകൾ.

പട്ടാളക്കുപ്പായമണിയാൻ വിസമ്മതിച്ചതിന് 1967 ൽ അലിയെ ജയിലിലടച്ചു. അഞ്ചു വർഷത്തേക്കായിരുന്നു ശിക്ഷ. പതിനായിരം ഡോളർ

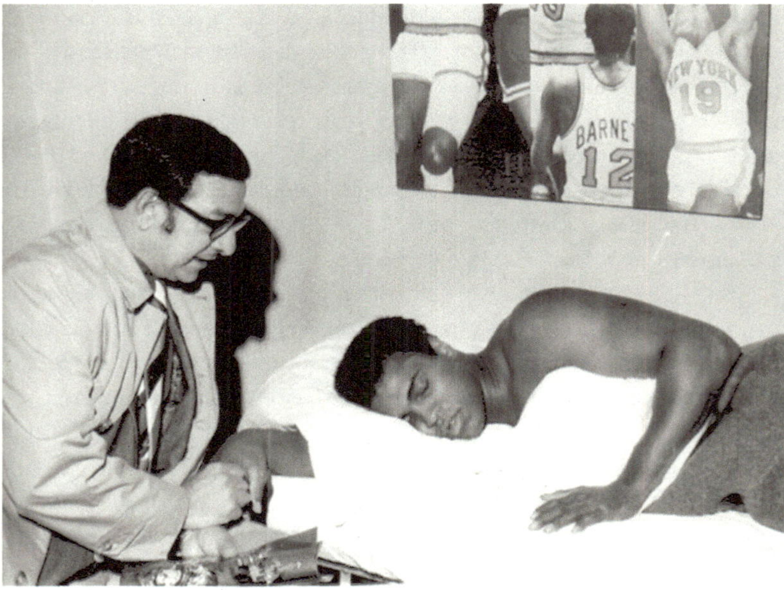

പരിശീലകൻ ആഞ്ചലോ ഡുൻഡി മുറിയിൽ വന്നതറിയാതെ
മയക്കം തുടരുന്ന മുഹമ്മദ് അലി.

ജോൺ ഷിയറർ

പിഴയും. പാസ്പോർട്ട് കണ്ടുകെട്ടിയതിനു പുറമെ ബോക്സിങ് ചാമ്പ്യൻ പട്ടവും തിരികെവാങ്ങി. പതിനായിരം മൈലുകൾ താണ്ടി ജനങ്ങളെ ചുട്ടെരിച്ചും കൊന്നും ലോകമാകെ വെള്ളക്കാരന്റെ ആധിപത്യം ഉറപ്പിക്കാൻ താൻപോകില്ലെന്നു പ്രഖ്യാപിച്ചു അലി. ലൂയിസ് വില്ലയിലെ നീഗ്രോകളെ മനുഷ്യാവകാശംപോലുമില്ലാത്ത നായ്ക്കളെപ്പോലെയാണ് പരിഗണിക്കുന്നതെന്ന് തുറന്നടിച്ച അദ്ദേഹം വിയത്നാം ജനത ഒരിക്കലും തന്നെ നീഗ്രോ എന്ന വിഷേശിപ്പിച്ചിരുന്നില്ലെന്നും പിന്നെ എന്തിന് അവരെ കൂട്ടക്കൊലചെയ്യണമെന്നും കൂട്ടിച്ചേർത്തു.

1942 ൽ ജനിച്ച കാഷ്യസ് മാർവെലസ് ക്ലേ ചെറുപ്പത്തിൽതന്നെ സാഹസികതകളുടെ കൂട്ടുകാരനായിരുന്നു. കൂട്ടുകാർ ബസിൽ സ്കൂളിൽ പോയപ്പോൾ അവൻ അത്രയും ദൂരം പിന്നാലെ ഓടിയാണ് എത്തുക. പന്ത്രണ്ടാം വയസ്സിൽ സമ്മാനമായി ലഭിച്ച സൈക്കിൾ മോഷണംപോയി. പരാതി നല്കാൻ പൊലീസ് സ്റ്റേഷനിൽ. അവിടുത്തെ ഓഫീസർ ജോ മാർടിൻ ബോക്സിങ് പരിശീലകനുമായിരുന്നു. അദ്ദേഹം ക്ലേയെ മുഷ്ടിയുദ്ധത്തിലേക്ക് വിരൽചൂണ്ടി. ഇരുപത്തിരണ്ടാം വയസ്സിൽ ലോക ഹെവി വെയ്റ്റ് ചാമ്പ്യൻപട്ടം ചൂടിയത് വാർത്തയാവാൻ കാരണം ഇടിച്ചു വീഴ്ത്തിയത് സോണി ലിസ്റ്റനെയായതുകൊണ്ടുകൂടിയാവണം.

1971 ൽ സുപ്രീംകോടതി അലിയെ കുറ്റവിമുക്തനാക്കി. റിങ്ങിനു പുറത്തായ നാലുവർഷം യഥാർത്ഥത്തിൽ അദ്ദേഹത്തിന്റെ കരിയറിൽ പരിക്കേല്പിച്ചു. ഭൂഗോളത്തിന്റെ കറങ്ങൽതന്നെ വേഗത്തിലാക്കിയ മിന്നുന്ന പ്രകടനങ്ങളെല്ലാം അതിനുമുമ്പായിരുന്നു. എന്നാൽ ഫ്രേസിയറുമായുള്ള ബലപരീക്ഷണം ശേഷവും. അതിന്റെ ആധികാരിക ഫോട്ടോഗ്രാഫറായിരുന്നു ജോൺ ഷിയറർ. എല്ലാ വർഗ്ഗത്തിലും വംശത്തിലും പെട്ട മനുഷ്യർ അലിയിലേക്ക് ആകർഷിക്കപ്പെട്ടത് ആ ആത്മവിശ്വാസവും ശക്തിയും സൗന്ദര്യവും മയക്കിയെടുത്തതിനാലാണെന്ന് ഷിയറർ എഴുതിയിട്ടുണ്ട്. മിയാമിയിലെ പീടികയ്ക്ക് മുന്നിൽ സാധാരണക്കാർക്കൊപ്പം ആക്ഷനിൽ നില്ക്കുന്നതിൽ തുടങ്ങുന്നു മുഹമ്മദ് അലിയുടെ ജനകീയത. പരിശീലകൻ ആഞ്ചലോ ഡുൻഡി വന്നതറിയാതെ മയക്കം തുടരുന്നത്, ഫ്രേസിയറെ നിലംപരിശാക്കുമെന്ന് പ്രതീക്ഷിച്ചെത്തിയ ആരാധകർ. സുഹൃത്തും തെരുവുകവിയുമായ ബുൻഡിനി ബ്രൗണുമൊത്തുള്ള കുശലം. മത്സരത്തിനിടെയുള്ള വിശ്രമം. ഫ്രേസറിയറുടെ മിന്നിൽപ്പിണരുകളേറ്റ് അടിതെറ്റിയ സന്ദർഭങ്ങൾ. തോല്വി പ്രഖ്യാപിക്കപ്പെട്ട അവസാനത്തെ നീണ്ട വിസിൽ.

അമേരിക്ക ഇൻ പിക്ചേഴ്സ്: സി സ്റ്റോറി ഓഫ് ലൈഫ് മാഗസീൻ എന്ന ബിബിസി സിനിമയെക്കുറിച്ച് 2012 ൽ ലണ്ടനിൽ നടത്തിയ പ്രഭാഷണം ഷിയററുടെ ചരിത്രബോധവും കാഴ്ചപ്പാടുകളുംകൂടി തുറന്നു

വെച്ചതായിരുന്നു. ബ്രിട്ടീഷ് ഫാഷൻ ഫോട്ടോഗ്രാഫർ റാൻകിൻ ആ സിനിമയുടെ പ്രദർശനത്തിന് ലോകത്തിന്റെ പലഭാഗത്തും എത്തുകയുണ്ടായി. ഐതിഹാസിക ഫോട്ടോഗ്രാഫർമാരായ ആൽഫ്രെഡ് എയ്ൻസ്റ്റാഡ്ത്, മാർഗരെറ്റ് ബുർകെ വൈറ്റ് തുടങ്ങിയവർക്കുള്ള പ്രണാമമാണത്. ബിൽ എപ്രിഡ്ജ്, ജോൺ ലിയോൺഗാർഡ, ബർക് ഉസിൽ, ഹാരി ബെൻസൻ എന്നിവർക്കൊപ്പം ഷിയററുമായി നടത്തിയ ആലോചനകളും *അമേരിക്ക ഇൻ പിക്ചേഴ്സിന്* മിഴിവേകി. റോബർട് എഫ് കെന്നഡിയുടെ വധം മുതൽ തുടങ്ങി പൗരാവകാശ പ്രസ്ഥാനവും വിയത്നാമും ഹോളിവുഡ് വമ്പന്മാരുമെല്ലാം അതിന്റെ പ്രത്യേകതകൾ.

1947 ൽ ന്യൂയോർക്കിലായിരുന്നു ജോൺ ഷിയററുടെ ജനനം. റാഷെസ്റ്റർ ഇൻസ്റ്റിറ്റ്യൂട്ടിലും സ്കൂൾ ഓഫ് വിഷൽ ആർട്സിലുമായിരുന്നു ആദ്യ പഠനങ്ങൾ. ഫോട്ടോഗ്രാഫർ എന്നതിനു പുറമെ മികച്ച സംവിധായകനും അറിയപ്പെട്ട ബാലസാഹിത്യകാരനും പ്രഭാഷകനുമായിരുന്നു. 1966 മുതൽ മൂന്നുവർഷം *ലുക്ക് മാഗസിനിൽ* സ്റ്റാഫ് ഫോട്ടോഗ്രാഫറായി. പിന്നെ *ലൈഫ് മാഗസിനിൽ*. മുഹമ്മദലിയും ജോ ഫ്രേസിയറും തീപാറുംവിധം മുഖാമുഖംനിന്ന് മുഷ്ടിയുദ്ധത്തിന്റെ എക്കാലത്തെയും പ്രതീകങ്ങളായതും അതിനെ നൂറ്റാണ്ടിന്റെ പോരാട്ടമാക്കിയതും ഷിയറർ. ആറ്റിക്ക ജയിൽ കലാപവും അതിലെ കരളലിയിപ്പിക്കുന്ന നിലവിളികളും ഇപ്പോഴും നമ്മെ പിന്തുടരുംവിധമാണ് വിവർത്തനം ചെയ്തത്.

1972 – 86 വർഷങ്ങളിൽ കൊളംബിയ സർവ്വകലാശാലയിൽ അദ്ധ്യാപകനായിരുന്ന ഷിയറർ സ്കൂൾ ഓഫ് ജേണലിസത്തിൽ ഫോട്ടോഗ്രാഫിക്കും ഡിസൈനിങ്ങിനും പ്രത്യേക പദ്ധതി തയ്യാറാക്കി. 175 ദേശീയ അവാർഡുകൾ മൂടുന്നത്ര അംഗീകാരം നേടി അദ്ദേഹം. ഫോട്ടോ ജേണലിസത്തിന് പുതിയ രൂപമുണ്ടാക്കുന്നതിലും മുന്നിട്ടുനിന്നു. തങ്ങളുടെ വിഷയങ്ങളായ മനുഷ്യർക്കും പ്രകൃതിക്കും പക്ഷിമൃഗാദികൾക്കുമൊപ്പം ആഴ്ചകളോളം താമസിച്ചാണ് ഈ ധാര വ്യത്യസ്ത ഫ്രെയിമുകൾ സമ്മാനിച്ചത്. മുഹമ്മദലിയുടെ ചിത്രങ്ങളിലും ഈ സൂക്ഷ്മനിരീക്ഷണവും അടുപ്പവും ആഭിമുഖ്യവും സഹവാസവും പൂർണ്ണതയിലേക്ക് കയറിപ്പോയതായിക്കാണാം.

ധീരതയ്ക്കും ചുരുക്കം ഘട്ടങ്ങളിൽ ധിക്കാരത്തിനും മുന്നിട്ടിറങ്ങിയ അലിയെയും ചില ഷിയറർ ചിത്രങ്ങളിൽ കണ്ടുമുട്ടാനാകും. ചെറുപ്പത്തിന്റെ തിരതള്ളലിൽ ബോക്സിങ് ആവേശവുമായി നടന്ന കാലം. അക്കാലത്ത് പ്രശസ്തിയുടെ നെറുകയിലെത്തിയ സുഗർ റേ റോബിൻസനെ ഓട്ടോഗ്രാഫിനായി സമീപിച്ചു. ഏറെ നേരം കാത്തുകെട്ടിയിരുന്നതിനു ശേഷമാണ് ഒന്നു കാണാനായത്. എന്നാൽ റോബിൻസൻ കരുണ കാ

ട്ടിയില്ല. സമയമില്ലെന്ന് കള്ളം പറഞ്ഞ് മടക്കിയത് അലിയിൽ സങ്കടത്തിനൊപ്പം രോഷവും പടർത്തി. പിന്നെ അദ്ദേഹം പ്രശസ്തനായപ്പോഴും ആർക്കും ഓട്ടോഗ്രാഫ് നല്കിയില്ല. 1960 ലെ റോം ഒളിമ്പിക്സിൽ സ്വർണ്ണം പിടിച്ചെടുത്ത അലി അമേരിക്കയിൽ തിരിച്ചെത്തിയപ്പോൾ അപഹസിക്കപ്പെട്ടു. ഒരു ആഘോഷസദ്യയിലേക്ക് ആ കറുത്തവന് പ്രവേശനമുണ്ടായില്ല. ഒഹിയോ നദിയിലേക്ക് മെഡൽ എറിഞ്ഞുകളഞ്ഞാണ് പ്രതിഷേധം അറിയിച്ചത്. റിങ്ങിനു പുറത്ത് മതസ്വാതന്ത്ര്യം, വംശീയ നീതി, നീക്കുപോക്കുകൾക്ക് പകരം നിലപാടുകളിലും തത്ത്വങ്ങളിലുമുള്ള വിജയവിശ്വാസം – തുടങ്ങിയ നിലകളിലും അലി തിളങ്ങി.

www.ingramcontent.com/pod-product-compliance
Lightning Source LLC
LaVergne TN
LVHW100842051026
849519LV00006B/2394